वैष्णवी

रमेश सांगळे

BlueRose ONE.com
Stories Matter
NewDelhi • London

BLUEROSE PUBLISHERS
India | U.K.

Copyright © Ramesh Sangle 2024

All rights reserved by author. No part of this publication may be reproduced, stored in a retrieval system or transmitted in any form or by any means, electronic, mechanical, photocopying, recording or otherwise, without the prior permission of the author. Although every precaution has been taken to verify the accuracy of the information contained herein, the publisher assume no responsibility for any errors or omissions. No liability is assumed for damages that may result from the use of information contained within.

BlueRose Publishers takes no responsibility for any damages, losses, or liabilities that may arise from the use or misuse of the information, products, or services provided in this publication.

For permissions requests or inquiries regarding this publication, please contact:

BLUEROSE PUBLISHERS
www.BlueRoseONE.com
info@bluerosepublishers.com
+91 8882 898 898
+4407342408967

ISBN: 978-93-6261-019-5

Cover design: Tahira
Typesetting: Tanya Raj Upadhyay

First Edition: July 2024

हे पुस्तक स्वरस्मराध्णी भारत ऋत्न --
लता मंगेशकर ह्यांना समर्पित.

रमेश ना. सांगळे

कविता १९६२ पासून लिहिलेल्या आहेत. सोबत दोन कथा असून त्यात एक सत्य कथा आहे. लेखन अगदीच

सरळ आणि साध्या शब्दात लिहिलेले असल्याने थोर मोट्या पासून लाहान मूला पर्यन्त वाचनीय आहे .

पुस्तकचे नाव वैष्णवी

कवि आणि लेखक रमेश ना . सांगळे .

1

ह्या पुस्तकातिल कविता, मी महाविद्यालयात शिकत असताना लिहिलेल्या आहेत . त्या विविध विषयावर असून राष्ट्र गीतावरही आहेत्.

लिहिताना यमक यांच्यावर जरी भर दिला असला, तरी पुष्कळ ठिकाणी लय बद्धते चा विचार करून तर काही ठिकाणी

विषय गद्यात् मांडल्या आहेत.

2

दिव्याग ही कथा अनेक खऱ्या घटनानवर आधारित आहे. बऱ्याच खऱ्या घटना एकत्र करून वाचणाऱ्या पर्यन्त मानसिकतेच्या आधारावर पोहोचविल्या

आहेत्. दिव्याग हे जरी जन्मजात असले तरी दैवि चमत्कार घडू शकतो आणि गेलेली स्मरणशक्ती पुनरपि स्थित होऊ शकते.

मूळ अवस्थे पासून पूर्ववत होई पर्यन्त एखादा बालक किती स्थित्यानतरांतून जातो . पण ह्याही अवस्थेत तो त्यांचे मूळ

संस्कारातून मुक्त होत नाही. अशी परिस्थिति कुणाच्या वाट्याला येऊ शकते त्या वेळेस आपण आपल्या कर्तव्याला विसरू नये.

3

सत्यकथा ही गोष्ट नाही पूर्ण सत्यकथा आहे. शहरात राहाणाऱ्या प्रत्येकाच्या आयुष्यात् घडणाऱ्या घटना आहेत मी फक्त

त्यांना उजाळा दिलेला आहे. कदाचित आमच्या वाटेला एका श्रीमंत घराण्यातले आजोळ लाभले त्याचा अर्थ असा नाही

कि बाकीच्या वर्गाला त्यांचे बरोबर रहाण्याचा आनंद झाला नव्हता . उलट ते अभिमानाने ह्या घराचा उत्कर्ष आणि संस्कार

बाकी लोकांना अभिमानाने सांगत . कारणही तसेच असावे . ते सर्वांच्या अडी अडचणी मध्ये सर्वार्थांनी मदत करीत असणार.

ते भोळे सावकार होते . कारण त्याकाळी पतपेढ्या नव्हत्या . चाळीस गावांचे ते सावकार . भरपूर अन्नधान्य गाठीशी

असल्याने कुणीही यावे न विचारता जे पाहिजे ते आतल्या खणात जावून आधोली भ रुन जे पाहिजे ते घेऊन जावे.

मला तर ह्यांचे खूप आश्चर्य वाटायचे कारण आम्ही शहरी ना !!

ह्या कथेत महत्वाचे म्हणजे इतके वर्षे लोटली तरी गावकऱ्यांनी आपली संस्कृति जपून ठेविली, नव्हे जपली.

माझा दूसरा उद्देश म्हणजे शहरी वातावरणात वाढलेले आताची मुले कधी काळी गावाच्या आसपासच्या डोंगरावर

ट्रेकिंगला जातील परंतु त्यांना वर्षभर त्या गावांमध्ये काय चाललेले असते कधी कळणार नाही . त्यांची अस्थितत्वात

असलेली संस्कृति तर नाहीच नाही . गावकऱ्यांची माणुसकी, त्यांचे एकमेकांशी असलेले संभ्नध आणि वेळ प्रसंगी

एकजूट ही तर फार मोठी त्यांची शक्ति . विशेष म्हणजे ओळखिचे असो, नसो बाहेरची व्यक्ति त्यांच्या साठी तर देवच .

आपण नुसते म्हणतो पण येथे तर मराठी म्हण प्रत्यक्ष अमलात आणली जाते. अतिथि देवो भव !!

वेगवेगळे काम करताना असे काही शब्द आता आपण विसरून चाललो आहोत . त्यांची ह्या कथे द्वारा पुन्हा आठवण

करण्याचे मी प्रयत्न केलेला आहे. आपली मुळची नाळ ज्या मातीशी जुळली तिला विसरून कसे चालेल !

अजून बरेच काही लिहिण्या सारखे आहे परंतु कथा एका दमात कंटाळवाणी

होऊ नये म्हणून आटोपती घेतली.

माझी एक सूचना आहे कि सरकारने कधीतरी प्रत्येक शहरी वासीयांना कमीत कमी एक महिना एखाद्या गांवामद्धे रहायला पाठवावे.

त्यांना शहरात किंवा पुस्तकात जे शिकायला मिळाले नाही ते त्यांना निश्चित तेथे शिकायला मिळेल आणि आपोआपच

जीवन कसे असले पाहिजे तेही समजेल . पळत्यांच्या पाठीमागे लागणार नाहीत।

रमेश ना . सांगळे

एक निसर्ग

रात्री तून दिवस फुलला
दिवसा मागे रात्र
रात्री तून गुलाल फुलला
योगेश्वर त्याचे नाव
निसर्ग राजा हा स्वपन्ना चा राजा
पूर्वेकडून धावत आला रंगांचा चौघडा
विरून गेला रात्रीचा कोलाहल
तरुन आला अवचित दूराचा डोंगरमाथा
लेऊन शालू हिरवागार
दवाबिंदुचा शिडकाव त्यावरी मंतरलेला
निर्मल सुगंध आल्हाध
पहा पलीकडे निळेशार सागर
मग्न आपल्या ल ई त्
गिळून काल रातीचे काळचीत
नसे टयांसी कुणाचीही खंत
कुटले देव, नि कुठला माणूस
कुटले दानव नि कुठली देव कन्या
नसे ओळखत् कुणी कुणाला
हा तर पर ब्रमहाचा अवतार

रात्रीच्या काळोखी झाली रुद्रे
सुनामी, वावटळ वादळ वारे

संगतीला भयभीत ज्वालामुखी
धजे न कुणी सरण्या पुढे
निरवून निरऊन शांत करण्या
तोच तो निसर्ग राजा
नका कुणी करू गर्व
नि ते ओशाळ तवंग
नको तो सत्कार नि गौरव
राहू दे नीरव निवांत, शांत शांत.

२

कैलास

निरुपम सौन्दर्य हिमालय प्रत
नीरव शांत आत्म केंद्रित
नसूनही विभूषण अप्रतिम
मोहक लावण्या साय नगण्य
निखळून जाई आपपण निषये
विरून विरघळून सर्वस्व
आपोआप सुक्ष्माहून सूक्ष्म
विरळ विरळ अविरत अनंतात समरस
तेच ते तेच ते साधू अवचित
क्षण क्षण तो भाग्याचा
यावत दिव्य प्रसन्न !!!

3

क्षण भाग्याचा

क्षण तो भाग्याचा कुंकू ललाटी सौभाग्याचे
आधिकार तू मला दिधला
स्वीकारुनि शालू मी दिधला तुला
ऐकू आली तुझी लीला निसर्ग राजा
सौन्दर्य रूप पाहुनि तुझे चकविले तू मला
रंग बरसाती कधी नव्हे ते इंद्रधनू चे
काय ही किमया नव प्रारबधाची
आल्या त्या सख्या चौबाजूनी
अक्षय शाश्वत देखण्या रूप परी
तेच ते सदा तूझिया अंतरंगी !!!

४

अंकुर

रवी किरणे पहाट प्रहरी
कविता माझी कशी प्रसूतली
सुंदर त्यांची अंगकांती शब्द शब्द फुलकीत
जणू पारिजात सुगंधी अंग अंग दरवळी
की गुलमोहर हरके लेऊन रंग लाली
असंख्यांची संख्या शहारे चौबाजूनी
सदाफुली हसरी, जाई जूई त्यावरी सांज भरी
केशरि गेंद, हिरवा चाफा वाकुल्या आडून दाखावी
परी लपेना चोर मानीच्या डोही
तेथेही अवचित दिसे लाल गुलांबि कमळ् दले.
बहुमोल सारा खजाना, शब्द नकुर पुरेना
दवबिंदूनचा शिडकाव होता जणू शहरे फुलोरा
होता आगमन रविराजा चे गेले सारे विरुनिया
हरपुनिया दावबिंदु वाफउनिया
जाहले शब्दही पिंजरी बद्ध
फोडूनई टाहो कोकिळा
नसू दे बांध तयासी . खळ खळू द्या
नाव नावीण्या शब्द न कुरा . !!

५

प्र वा ळ

अरे प्रवाळा तू उभा असशी युगे नि युगे
न भान कशा चे तरी तोरा आसंमंतांशी
किती आले नि किती गेले
जन्मान जन्माचे म्हणे तुझे नाते
दुसरे जन्मून् परतती तरी तू असाच उभा
दैव हे काय कठों र तयांचे
खडकाहुनी तू कठीण प्रवाळा
युगे युगे रांधती तूजला
परिणीती न होई तूजला
अब्ज्ज अब्ज सहरला युगांतरे
इतका ताठा, न तुटे न वाकशी
पण आदि तो ब्रम्ह आवतारी
स्थीत्यं तर घडविल अशी
भूकंपि लाट, ज्वालामुखी उद्रेक
करविल राख रंगोळी, एक क्षण पुराय त्यासी
वलय वावटळ ही तर त्यांची कच्ची बच्ची
तीही पुरे तुला करया कण कण वाळू परि
जशी दूर दूर उडून जाई तूज, तुझे नसे तो ठाव् ठिकाणं
सागर तळ की नरक तुझे न तुझे ठाव !!

६

कर्म

अनंता कृपावंता गौरईनंदना
देऊन गौरव हा सार्थकी देह झाला !
लहानसे रोपटे लविले
जगविले ऊन पावसाते
दाखविला दिन ऱ्हूणानु बंधनाचा
अमृत तुल्य फळ् फळायनी बहरलेला
पुढती माळरान पहाता
नसे परी पायवाट तरी
न कळत पावले चाली
पाहता पाहता सहज पोहोचे वरी
भान हरपे तेथेची
त्या ऊत्युनग पहाडावरी
अनंत साक्षात् त्या मांदिरी
वाट जणू माझीच पाही !
अनंता कृपावंता गौरी नांदना
देवउनि गौरव् सार्थकी देह केला !!!

७

!!!!!!!!!!!! तूच प्रेम मा ऊ ली !!!!!!!!!!!

आहेस पत्नी तू काही क्षण भराची

परि असशी माता युगा युगाची

प्रेम द्यावे प्रेम घ्यावे

धर्मच तो तुझा न्यारी

तहणलेल्या पाणी देई

भुकेल्या घास भरवी

जरी असशी पवित्र ती सावित्री

तरीही असशी युगे युगे जिजाई

उदात्त मनी भाव ठेउनि

मातृ छाया सकला देशी

उपकार तुझे थोर नारी

तूच विश्व तूच धर्म जगती

८

!!! नृत्यं नाचता !!
दिनांक १९८३

मस्त मनोहर नयन मृग तुझे
मस्त मोहक तीर अंदाज
धुंद होउनि हृदयही नाचे
छुण छुण पाई पैजण वाजे
गीत प्रीतीचे नयनी गाते
रुण झुण साथ मिळे पैणजाते
तीळ गालीचा मोहक वाटे
हस्य हंसता लय त्यांची चाले.
नृत्य नाचता हनुहट ती उडे
चाल लाईदार, मन झाले वेडे

९

!! विवंचना !!

दिनांक १९६७

रडू दे मला घालून गळयात
करू दे अश्रु प्रीतीचे सिंचना
ठेऊ दे मस्तक जड, वक्षा वरि तूझिया
घे रे राया मज जवळी तूझिया
काराया सांत्वन ह्या प्रीतीचे
आहे रे राया तुझीच रे
ढळला विश्वास जगभरीचा
नाही छेडणार पुन्हा वळूनी
नको रे आता पाहू अंतही
क्षमा कर एकदाच पुनरूपी
भाळलास तू मजवरती
केली मी विवंचना तरीही.
केलीस तू कितीदा तरी
प्रीतीची याचना कितीदा तरी
नको रे होऊ आता कठोर
जरी झाले होते मी कठोर
विसर ते सर्वही राया
घे मजशी जवळी आता

१०

दिनांक १९६५

!! नीरोप !!

जा सखी जा ! देतो मी नीरोप तूजला
नसे भेट आता पुन्हच कधीही
पण ठेव आठवण ह्या गरिबाची
केले प्रेम जरी एकमेका
नसे अनुकूल दैव आता
हो तू मोठी धनिन तुझ्या धन्याची.
नको विसरू पण तुझ्या जिवलगा
येतील आठवणी तुझ्या
नि छळतील रात्र न दिन मला
सखे एकवार पहा
नको लाजू आता मला
संपले नाते तुझे नि माझे
होशील उद्या तू तुझ्या गोड रत्नांची
एकच आशा मनी उरली
देवा घडू दे पुन्हा भेट
ह्या दोन बहीण भावाची !!!

!! ११ !!

!! दोन फुले !!

पाहिलीत दोन फुले वाटेत झुडुपांवरी
रंग तयांचा पांढरा शुभ्र
दुलत होती झुलत होती मंद वाऱ्यांपरि
घालून गळयात गळा, चुंबीत होती त्या पाकळ्या
झाला आनंद मनोमनी पाहुनी त्या एकमेका
परी भानावारी येता झालो मानों मनी उद्विग्न
येता तीव्र आठवण मझिया जीवलगाची
ढळले ऊन अश्रु मिटल्या नायनांनी
आला जवळी साथी बिछड लेला
सुमधुर आठवणीत पाहिला गोड नितळ,
नितळ गोड सुमधुर चेहेरा
ओठानच्या खु लया पाकळ्या
डुंबत आठवणीत परतलो सदनी
दुजे अनुभव पुनःच पुनर्मीलनाचा,
तेथे त्या जवळी गमने झुडुपांच्या
पण हाय रे क्रूर देवा !!
विलगविला साथीही त्याचा
वाहिली लाखोली त्या बिछडविणाऱ्या जिवा

वाटले होते चुंबीत एकमेका
काही क्ष ण पूर्वी घालून गळया त गाळा
पण जाहले पाखरू आज पारखे !

बसला धक्का एकच आश्चयऱ्याचा
पाहता पांढऱ्या त्या शुभ्र फुलांकडे
होते डोलत, झुलत, हसत खेळत,
नाचत, स्वछनद पणे वाऱ्या समेत्
नच दुख, नच शोक, नच आठवण
न आठवे त्यास असे बिछडेपण
हाय देवा !! वेडा मी कुठला
उगी धाय त्या बछडे पणाला !!

!! १२ !!

नोव्हे म्बर १९६२ - १९६३

!! प्रयाण !!

निखळळा तारा मानवतेचा
ढळला बुरूज पंचशीलतेचा
संपला एक पुरष पणाचा
संपली का रे तुझी जीवन यात्रा
म्हणे भारत रत्न की भारत पुत्र
सोडून गेला कार्या आधुरे
ओघळले अश्रु हिमालयाने
का हूदय निमाले ह्या गंगेचे, त्या गोदेचे
अ काळी का हूध् झाले
ढळला का तुमच्यातला आत्म विश्वास
धैर्य का खचले भूकंपाने ?
पहाता त्या अग्नि चितेकडे.
का सागर क्षिति बुडालेल्या लाल गोळया कडे.

continue

नका होऊ भयभीत भारतियांनो
पहा तो नवीन शुभ्र तारा आकाश पूर्वी
देईल साथ रात्रीच्या अंधारी

हो मानव तय्यार आत्ता
कर पुरे पैईलू ह्या हीऱ्यांचे
दिव्य तेज ते चमके प्रकाशे
घे आव्हान आता मानवतेचे
वल्हव नौका त्या तिराला
दे नाद घंटे चा, धर्माच्या मानवतेला
पेटव ती मशाल विजयाची नि मानवतेची
जय जवान नि जय किसांनची
आईकून होई शत्रू चित त्या ललकारी
हे नंद्यानो, हे दर्या नों,
पोहोचवा सं देश वाऱ्यायानो .
खेडी नि गाव शिवारी
दगड, नि लाल काळी माती
आकाश, पातळ, वरुण
देईल साथ कण कण.
होईल शांत आत्मना
शतशहा प्रणाम आमुचा
घ्यावा मातृभूमि पुत्रा !!

—------------------------------

अभिवादन श्री लालबहादूर शाश्रीजीना !!

!! १३ !!

!! आई !!

देई आशीर्वाद आई
पिता देई स्फूर्ति
ईश्वरा सहाय्य करी मांदिरी
लढण्या हिमालयि

माती तुडवित टाचे खाली
हाती बंदूक,सिन्ह् गर्जना करूनि
जाईन मी हिमालयी –

देई आशीर्वाद आई
पिता देई स्फूर्ति
ईश्वरा सहाय्य करी

बोल बोलून हर हर महादेओ
स्मरून त्या शिव छत्रपतीला
पुन्हा पुन्हा आठऊन त्या बोला
हर हर महादेव, हर हर महादेव

देई आशीर्वाद आई, पिता देई स्फूर्ति.
ईश्वरा सहाय्य करी .

करीन धरणी ठाई ठाई शत्रूला
पाडीन मुर्दा मदराक्षसाचा
घेईन सुड त्या नरकासुरांचा
जाऊ दे लवकर आई मजला
विलंब नको हाकेला पर्वत राजाच्या

देई आशीर्वाद आई
पिता देई स्फूर्ति
ईश्वरा सहाय्य करी मांदिरी

ठेविता मस्तक ही तुझ्या चरणी
नको आणू नयनी पाणी
येईन देवपण तुलाही
होता विजयी समरि
चमकेल नवीन तारा नभी
येता मरण त्या हिमकुशीत् !!!!!

!! १४ !!

दिनांक १९८४

!! बहार ????

मिळता नजरेस नजर
भरली हृदयात धडकन
पहाता पुनः पुन्हा तूजकडे
सांग मन का झाले वेडावले

वाटले बहर ओसरला
पहिल्याच प्रेम भंगा
नसे आता पुनच्य आशा
तरीही कसे घडले पुनरपि अंगी

जरी असता किमया निसर्गि
कळत न काळत् न विसरी पहिल्या बहराची
प्रेम दव जे खोल खोल हृदई जिरता
जिरता जिरता सवे मी पुन्हा पुन्हा बहरण्या

,

!! १५ !!

दिनांक - १९८४

!! मं दीर !!

जीवनाचा भ रण्या पाया
कर सुरवात मा झ्या राजा
आहेस तुच साठी माझा
मग विलंब कसला आता
जीवनाचा भरण्या पाया
कर सुरवात माझ्या राजा
करू हे पुरे मंदिर
गात गात प्रेम गीत
हासत खेळत नाचत
घेउनी हाथ हातात
श्रमुनि थकतील हात
पायही डगमगतील
भागवून प्रेमाची आस
शमतील आपुले नयन
ठेवून कळसावरी घ्यान
करू या सुरवात ह्या मंदिरास
जसे राबती जन
कोटी कोटी रात्र दिन

तसे आपण रांबूनी
करू या पूरे हे मंदिर
मिळेल शांती तेंव्हाच
खडे येथ मंदिर
चढेल कळस सुवर्ण
ह्या प्रेम मंदिरावर
लहरे तेथेची आंपूला प्रीती ध्वज !!!

!! १६ !!

!! सुहासिनी !!

नको रडू आता जाता सासरी
का झालीस बावरी उंबऱ्याठयावरी
का कठीण झाले हृदय तुझे ही
तोडता तोडता बंधन मायेचे ?

बघ ताटकळी मण्डळी सारी
जा ! नको विसरू तूझिया माहेरा
जरी न्हाऊनि निघाली सासरी संगे प्रेमा
जा ! वाढव तू तूझिया कूळा !

येईल दिवस तुझ्या भाग्याला
होता आई तुझ्या गोड रत्नानची
अन धाडशील तुझी लेक तू सासरी
जशी लावीते आज मी तू जला !!

!! १७ !!

!! मध्या न्य !!

समग्र शांती अवती भवति
विशाल समुद्र मध्यानी
माथी अजूनही अरुण तेजाळ
मं द शी सुमिरण असता वाहत .

फुलते हृदय अशाही वेळी
फुलते मंन ही थंड वाऱ्यांवरी
बसावे आईकत् घटकान घटकांनी
हितगुज मांडाचे, काहू र सागरांची

एकांच झुळकेपरि पवना
उठतील लाख लाख लहरी सागरा
जुळे संगत किती सुरेल
माडांची संगत साग रांची हुर हुर !!

!! १८ !!

!! ध्येयासाठी !!

तुम्ही बडबडला त् रि
मी तोंड उघडणार नाही
तुम्ही हसलात तरी
मी हसणार नाही
तुम्ही रडलात त् रि
मी रडणार नाही
खंबीर तेचे हे धोरण
राहील मी तळपत
कुणीही येवो कुणीही जावो
मी ते बधणार नाही.
तळमळ माझी एकच
कळकळ माझी एकच
त्यासाठी मी तळमळेल
ढासळता ध्येय मंदीर
मी तळमळेल,तडफडेन
तडफडेन, तडफदडेन
मी बड् बडेन
बड् बडता बड बडता
मी हसेन हसेन हसेन,
हसत् सुटेन

वेड्या सारखा हसत् सुटेन
हसता हसता
हृदय जळेळ,
जळता जळता
राख होईल
राख राख
राखच राख
राख होउनि
मातीत मिसळेल
जर विचारले तर

दो न ध्रुवा पलिकडले
ते माझे जग पहा
जरी ठेवले उघडे डोळे
त्तरी उघड्या डोळ्यांनी
सहस ते दिसणारे नाही .
त्या साठी रसिक वेडा हवा
शहाण्याना ते दिसणार नाही
कारण शहाणे व्यवहारी आहेत
ते जग कसे
आहे ते तुम्हाला माहीत आहे ?
अमृता पेक्षा आमृतमय
स्वर्गा पेक्षा स्वर्गीय
त्यासाठी नको डो ळे
हवे हृदय नेमके

जग दडलेले तेथ माझे
ते तुम्हा दिसण्या नाही
उलगडले तरि
उलगडणार नाही
परंतु मला माहीत आहे
असे कधी घडणार नाही
कारण तुम्ही माणसे आहात
म्हणून तुम्हा हृदय आहे
तरीही तुन्हा दिसत नसे
त र तुम्ही माणूस नाहीत
माणूस सज्ञेस पात्र नाहीत
मग तुम्ही
माणूस नसून मानव नाहीत
हृदय असून हृदय हीन आहात
रसिक असून रस हीन आहात
म्हणून तू मानव नाहीस
फत्तर फत्तर
फत्तर आहेस. !!!!!!

!! १९ !!

!! याचना !!

कशी करू मी याचना प्रीतीची
सखे सांग कशी करू याचना !!

भावार्थविना तू केलेस प्रेम मजवरी
सहवास, हौस लुप्त जाहली
कष्ट प्रद दशा केलीस कशी
पदस्थ जाहलो रानमाळी !1

गगनि भिडवी स्वए रवी आशा
वाटे मजला विश्व च आपुले
आता मीही नाही माझ्या संगे.
खचून निमले धैर्य माझे !!

दुखी कष्टी असता मी येथे
तू तिकडे गात गान प्रीतीचे
धुंद होउनि नवरंगी फवारे
फुलती रंग गुलाब संगे. !!

मी वेडा पिसा कसा होई
तू तेथे आनंदी बेहोशी.

असशी सजे, नाव नव रुपे
कधी मोगरा,चाफा गुलाब, जाई जूई !!

तुझ्या भोवती भ्रमर हजार
घेण्या आधिर मुग्ध रासपान
चाहुल न तूजला सांज प्रहराची
आता आठवण माझी कसली. !!

!! 20 !!

!! शब्दांक !!

शब्दांची किमया
मला जमत नाही
पण भावनांची करामत
मला जमते
माझ्या शब्दाना मान नाही
पण भावंनाना अर्थ आहे
कारण भावना शब्द बनवते

म्हणतात शब्दा विना भावना नाहीत
मी म्हणतो
भावने विन शब्दच नाही.

शब्दांची किमया
माझ्या शब्दांत नाही
पण भावनांची रमणीयता
साज माझ्या गीता
सुंदर रमणीय भावना
पाझर हृदयी गोडचा
आमृता हुनी मधुर मधुर
अस्वादच स्वर्ग सुख. !!

!! 21 !!

!! हा अमृतांचा झरा !!

आल्हादकारी लेऊन रजनी
थंड थंड झोंबे अंगी
प्रशांत सागर सामोरी
माझी निषबद्धता का असती

सहज जाता नजर नभी
दिसले दोन तारे नभी
पिवळे हिरवट निळे तारे
ईतक्या जवळी का आले
लुक लुक त्यांची मन मोही !!

!! 22 !!

!! अपुरे मीलन !!

पहाटे शांत वेळी
तू नि मी सागर किनारी
गुलाबी थंडीत मांडानच्या बुंधी

दूर दूर क्षितिजावर
तांबडा लाल चंद्रमा सुरेख
उधळतो प्रेम रंग लाट लाटा वर

आशा यावेळी आपण दोघे
परम रंगात डुंबलो येथे
प्रणय धुंद होउनिया वेडे

चंचल मादक डोळे तुझे
ओठा वरी तो भाव खुळे
गजऱ्यांत जाईच्या धुंदी डोले

मी वेडा तू वेडी . परी
डोळयाचे भाव कुणा न उमगे
किमया काय ही निसर्गाची

हेच ते ग मीलन !!
तुझे नि माझे अपुरे मिलन
तृपतीची सीमा अतृप्त !

-------------- कथा --------------

!! दिव्याग !!

देवाच्या गाभार्यात येणाऱ्या जाणाऱ्याची वर्दळ चालुच होती . डाव्या बाजूने दर्शनास उसुक असणारे, विठूरायांच्या पायाशी नत मस्तक होणारे

आणि तृप्त मनाने मार्गस्थ होणारे आणि मंदिराच्या अवती भवति प्रसन्न वातावरणात, फुलांच्या आणि अत्तराच्या मंद सुगंधात भारावून जाणारे भक्त

कुटेतरी क्षणीक विसावा घेण्यास उत्सुक असतानाच एक १४ -१५ वर्षांचा लुळा पांगळा मुलगा, दोन्ही पायांनी अधू . दोन्ही हाताचा आधार घेत,

स्वतःला वर उचलून घेत, झोकत् झोकत मार्गस्थ होण्याचा आटा पिटा करीत, येणाऱ्या जण्याऱ्या मधून वाट काढीत पुढे सरकत् होता..

घामाने निथळलेला, कपडे ओले चिंब असताना, उगाच चेहेऱ्या वरचा घाम निथळत, दूरूनच मूर्त स्वरूप बघण्याचा प्रयत्न करूनही दर्शन न झाल्याचे

त्यांच्या लालबुंध चेहऱ्या वरुन दिसले. रांगेत्ल्या भकत्ताना त्यांची कीव आली . उभे राहण्याची ताकत नसंताना, कोठून तरि दुरवरचा प्रवास करून

आल्याचे स्पष्ट दिसताना देखिल, एकाने त्याला ओरडून दटावले, “का रे तुला एकट्यालाच दर्शन पाहिजे म्हणून रांगेतून न येता मधूनच येतोस .

देवाच्या दारात तरी ढोंग करून लंगडे पणाचा आव आणू नकोस.” यांच्या पुढे असलेल्याने तात्काळ त्या ओळखीच्या माणसाला ताडले, “अरे सज्जन

गृहस्था, खरच तुला दिसत नाही तो घामाजलेला आहे . चेहऱ्यावरुन तरी संमजायला पाहिजे कि तो दूरन कोठून तरी आलेला आहे ते ही

ह्या पांगळ्या अवस्थेत असतांना ."

दुसऱ्या शेजाऱ्यांच्या दुजोरयाने तो शरमल्या सारखा दिसला परंतु दिमाक अजूनीही गेलेला दिसत न्हवता . पुन्हा उलट बोलला, "तो भिकारी वगैरे काहीही दिसत नाही म्हणून तुम्ही त्यांची बाजू घेता," त्या पांगळ्या मुलाने त्या बरळणाऱ्या माणसाला काहीही न बोलता फक्त एक कटाक्ष टाकला.

२

पुन्हा त्या माणसाची रत् बदली

चालूच राहिली . "लुळा वगैरे काही नसेल "असे म्हणत तो दोन पाऊले पुढे चालतो न चालतो तो जागेवरच भोवळ येऊन खाली पडणार, तोच त्तप्ररतेने

आधीच्या व्यक्तीचा त्यास सावरण्याचा प्रयत्न व्यर्थ ठरला . सर्वांनी मिळून त्यास रांगेच्या बाहेर काढून एका बाकावर बसवित् असतांना एकजण म्हणाला

"नव्हे त्रयस्था हळवू देवाच्या मंदिरी, साक्ष मोठी न्यारी कुणास नाही टळली."

लांबच लांब रांगा, उन्हाळयाचे दिवस मी म्हणत होते, त्यात अंतमनाच्या शक्तीचा अभाव म्हणाल्यावर असेच काही त री घडणार.

पुजारी आपले काम चोख बजवित होते . प्रत्येकाला क्षणभर संधि देवून पुढच्याची पूजेची थाळी स्वीकारण्यात मग्न असतांना तो अपंग मुलगा जवळ जवळ

३० फुट अंतरावरून विठठलाचे दर्शन घेण्यासाठी प्रयत्न पूर्वक पहिली पायरी चढून पुढे सरसावला . त्याला दुरून चेहऱ्यां शिवाय संपूर्ण प्रतिमेचे दर्शन होणे

अवघड होते . जीव काकुळतीला आलेला . आणखीन पुढे गेलो तर हेही दर्शन होणार नव्हते तरीही पुढे सरकत दान पेटी पर्यन्त पोहोचला. बसलेल्या अवस्थेत

गाभार्याच्या छता शिवाय काहीही नजरेत येत नव्हते . मनाच्या निच्ययाने त्याने विठठलाच्या पुढे असलेल्या दर्शनी ओट्या जवळ, आडव्या लोखंडी दांड्याला

सावघ पणे दोन्ही हाथानि घरले आणि ताडकन दोनही पायावर उभा राहिला . अचानक सर्वांच्या अचंबित नजरा त्यांच्या कडे वळल्या . क्षणभर त्या मुलाने

पाणवलेल्या डोळयानी संपूर्ण मूर्तीत आपले हृदय अर्पण केले . काही भक्त साशंक मनाने त्या मुलाकडे बघत निघून गेले .

3

मुलाने भानावर येऊन पुन्हा विठठलांच्या डोळयात् बघत् मनोमनि स्वतःला संमर्पित् करून परिक्रमा केली . तसेच पाठी फिरून निर्वेध पणे ३० फुट दूर असलेल्या पायरीवर पर्यन्त चालत जरी आला असला तरी पायरी उतरताच पुनःच थांबून खाली बसला .स्वतहाच मनाशी काही तरी पटपुटला आणि पुढे पुढे झोकत् मार्गस्थ होत अस्तान्हाइतरांनी शंका कुशंकेने त्यांच्या पाठमोऱ्या आकृति कडे पहात् राहिले . भिकारी म्हणून बऱ्याच भक्तांनी दिलेला प्रसाद म्हणून दोन दिवस पुरेलसा, नव्हे उरेलसा होता.परतीच्या प्रवासातही त्याने ओबड धोबड पायवाट निवडली . सायंकाळच्या चक्कीच्या आवाजाने त्यास गावाची वाट आणि वेशीचा अंदाज येई. काळोख होण्या आधीपोहोचणे गरजेचे होते.त्या गर्द झडाआड असलेले मंदिराचे कळस नजरेत येताच दीर्घ श्वास सोडत थोडे सावरला . परंतु ह्या आड बाजूने येतांना पाण्याचा ओहोळ आणिदगड वाळू रेती ओलांडणे जरा कठीण होते . थंड पाण्याचा चेहेऱ्यावर हबका मारून थोडे बाजूला सरला . ढवळलेले पाणी स्थिर होताच, ओंजळीने तहान भागवून आकाशाकडेएक टक पाहिले . आकाशात अंधुक ताऱ्याचे गोफण दिसता क्षणी त्या थकलेल्या अवस्थेत पैल तीरावर ओल्या चिम्ब् अंगाने गारठला . ही तर त्यांच्या साठी जणू संध्या स्नानसमजून मंदिराच्या आवारात येऊन शीण उतरायाच्या आतच संध्या समईच्या आर्तीसाठी मारुती मंदिरात घंटेचा नाद सुरू झाला . तेथेच आपोआप मनोमनी शीण उतरून प्रार्थना केली . “संध्या समई देवा, तूझिया पुन्हश्च दारी आलो . जसे रामाच्या चरणी हनुमंत तैईसेची मी तुझ्या संग .” असे तोकडे भाष्य करून तेथेच जीवाला

विसावा दिला .वडाचा पार, त्यावर थोड्याशा उंचीवर त्याने त्यांची झोळी लहानश्या तुटलेल्या फांदीवर होती,तेथेच टांगलेली दिसली, आणि स्वस्थपणे त्यांच्या नेहिमीच्या जागेवर स्थित झाला . आरतीसंपताच गावकरी मंदिराच्या बाहेर पडले .

४

ल्हाणगी मुले आधीच प्रसाद घेऊन मंदिराच्या पायऱ्या उतरताच, त्याही अंधुकश्या मंदिराच्या प्रकाशात त्यांच्या नजरेत सोमा

पारावर बसलेला पहिला . त्या सर्व मुलांनी आनंदाने एकच गलका करीत मंदिरातू येणाऱ्या मंडळीना हाताने दर्शवीत, "सोमयाजि आला रे आला "त र दुसरे त्यांच्या

जवळ जाऊन म्हणाले, "चार दिवस कुठे गायब होतास? आम्ही तुला खूप शोधले . ह्या राम्याने तू र पाठचे शिवार नि माळ रान नि पठार पालथे घातले. तर काशयाने

आसपासच्या गावात जाऊन चौकशी केली पण तुझा कुठेच पत्ता नव्हता आम्हा सर्वांना वाटले तू जेथून आला तेथे परत परतला ." तिसरा म्हणाला, "अरे बस झाल्या

चवकश्या . त्यांच्या खाण्यापिण्याचे काय ते बघा कोणी.तरी . तेवड्यात् बाळू, "ज्या दिवशी हा गेला त्याच दिवशी थाळी वाढण्याची माझीच पाळी होती. तेव्हा मीच

घरी जावून जेवण आणून देणार." असे बोलून तो जेवण आणायला गेला .

गावकरी त्याच्या आसपास बसून होते . त्याने ते चार दिवस काय केले? कोठे गेले ला होता . कशासाठी वगैरेची आपुलकिने, सरळ साध्या स्वभाव असलेल्या

सोमाला विचारणा केली . सोमाला ह्या ठिकाणी येऊन जवळ जवळ दोन वर्षे होऊन गेली होती . त्याची स्मरणशक्ती येथे येण्या आधीच गेल्याने त्याला आधीचे काहीही आठवत

नव्हते . परंतु गॉवकऱ्यांच्या पुढाकारांमुळे त्यास हे स्थान मिळाले . रात्रीच्या वेळी त्याला मंदिराच्या छपरांखाली त्याच आवारात झोपायला आवडे . तो भल्या पहाटे सूर्योदयापूर्वी

मंदिराच्या पाठी वाहत असलेल्या झऱ्यांत् स्नान करून आपले कपडे धून त्या काठी असलेल्या करवंदीच्या झुडुपांवर वाळत घाली. साबण वगैरे नसल्याने, जवळच्याच

चुनखडीचा वापर करुन तो त्यांचे कपडे स्वच्छ करी . हा तर त्याचा नीत्याचा दिनक्रम असे . सकाळचा चहा नाश्ता वगैरे त्यास माहीतच न्ह्व्हते . मंदिरात

मारुती समोर स्तवनांच्या ऊच्याराने त्यांचे अनू रेणु फुलुन जाई .

५

त्याची नजर त्याच्या नेहिमीच्या जागेवर स्थित होऊन ध्यानस्थ बसण्यासाठी अस्वस्थ असे . एकदाका त्यांचे मन आणि शरीर ध्यानस्थ

अवस्थेत गेले कि त्यालाआसपासचे काहीही ऐकू येत नसे . त्यांच्या चेहेऱ्यावरचे हाव भाव नीरव होऊन शांत स्वछ् भाव कुणास ही

सांगून जाई कि सोमा आता संपूर्ण घ्यानस्थ अवस्थेतगेला आहे . समंजस गांवकरिच नव्हे तर मुले देखील गोंगाटा शिवाय त्यांचे

कार्य सिद्ध करणारे खरे नागरिक नव्हे काय ? त्यांना सर्वांनाच त्यांच्या एकोप्याचाअभिमान असे . जाणारे येणारे कुणी कुत् हलाने,

तर कुणी श्रद्धेने त्यांचे कडे बघत, तर कुणी त्यांच्या चरणी नमस्कार करून पुढे जात . . मंदिरातून येतांना बरेच भाविक त्यास प्रसाद

म्हणून नारळाचे तुकडे, बुंदी वगैरे बाजूच्या पानावर ठेऊन पुढे जाताना कुणीही आवाज न करता किंवा शब्द न ऊच्यारता पुढे जात,

5-6 तासांनी समाधीतून प्रगट् होताच त्यांचे तेजस्वी डोळे शांतपणे उघडून मारुतीच्या चरणी जात असल्याने कुणीही त्यास अडसर

आल्याचेन आठवे. थोड्याच घटकांनी दोनही बाजूस हाथ ठेऊन, त्या आधारे पहिला लहानसा पार उतरून मृर्तीच्या दिशेने झेपावत

गेला. जणू त्यास तेथे मारूतीनेच बोलावले.. मारूतीचचे चरणजणू त्यांची जीवन धाराच बनून राहिली होती . समर्थ रामदास स्वामीचे

मारुती स्त्रोत्र म्हणून त्यांच्या नेहिमीच्या जागी स्थित होण्या आधीच गॉवातली बरीच मुले पारा भोवतीचौफेर जमली. सोमाने त्यांच्या

जागी ठेवलेला प्रसाद वाटला . स्वतःला मात्र एकच खोबऱ्याचा तुकडा मुखात् ठेवला . बाकीचा पुन्हा आलेला येणाऱ्या जाणाऱ्याना,

वाटसरूनलानित्यक्रमाणे वाटे . भोळी भाबडी माणसे तर त्याचा प्रसाद शुभ शकुन आणि ज्या कामाला निघाल्याची आणि पूर्ण

होण्याची आशा उराशी ठेऊन निशंखपणे वाट सारीत.कुणी त्यांचे कोडकौतुक केल्यास काहीही न बोलता नारांजकी मात्र निश्चितपणे

व्यक्त करणे हा जणू त्याचा स्वभावच. महिनेची महीने सरले पण पावसाळा, उन्हाळा किंवाहिवाळ्याची कधीही तमा न बाळगता

आले ते दिवस पुढे पुढे सरत दोना पेक्षा आधीक वर्षे झालेत.

६

आसपासच्या गॉवंत त्याचा बोलबाला होऊ लागल्याने तो अस्वस्थ झाला . जागेच्या अभावामुळे आणि अपंगतव्यांच्या अवस्थेमुळे

येथून जाणेही त्यांच्या साठी कठीण होऊन बसले . त्या गॉकऱ्यांची नुसतीच श्र ध्याच नव्हे तर त्यांचे त्यांच्या वरील प्रेम

तोडून जाणे त्यांच्यासाठी आता तर महाकर्मच . मंदिरातल्या एकाच तुकड्याने तो संतुष्ट होई, परंतु गावकर्यांनि दिलेले हा त्याचा

महाप्रसाद असे .

उन्हाळयाच्या सुरवातीलाच वळवाच्या पावसाच्या कितीतरी आधी अचानक पावसाची चाहुल लागली, पण अंधारे आभाळ

त्यातील काळे ढग हुलकवण्या देत पुढे जात. . तर कधी वावटळीने घेरलेल्या गावाला, वेशी जवळ गोंगावत भिडणारा, तरीही गावाला

सुरक्षित ठेवणारा हा तर सर्वांना चमत्कारच जाणवे .

अखेर एका भल्या पहाटे पावसाने, चकांकत्या कडकड्याने नि ढगांच्या गडगटांनी गाव अस्वस्थेत जागा झाला .

सर्व लोक आहे त्या अवस्थेत् आपापल्या शिवारांकडे धावत सुटले . शेतातली वाडे, लहान लहान अवजारान साठी बांधलेल्या

खोल्या सताड उघड्या केल्या . पडवितल्या निरोपयोगी वस्तु बाजूस सारून, शेणाने सारवलेल्या खळयात् उन्हात सुकवण्या साठी

ठेवलेलया भुईमुगाच्या शेंगा, मळणीसाठी पसरवून ठेवलेल्या, बाजरी,ज्वारीच्या कणसांच्या राशी हलविण्याचा त्याचा

केविलवाणा प्रयत्न.खोलीच्या कोपऱ्यात तागांच्या विणलेल्या गोण्या नि बारदाणे, घमेली, कपाशीचे झोऱ्ये अशा,

ज्याला जे मिळेल ते घेऊनवाड्याच्या बाहेर फेकत होते नि तेथले गाडी माणसे त्यात भुईमूग, बाजरीची न ज्वारीची कणसे

भरभरुन गोण्या पडवीत फेकत होती.सर्वत्र अस्थाव्यस्थ अवस्थेत पडलेली पोती टाकुन जे काही बाकी खळयाच्या आवारात

राहिले त्यावर पत्र्यानि आणि कडब्यानि सारावरले.मोठी मुले जी धावत खळयाकडे पोहोचली, त्यांनी गाई, गुर नि बैलांचे

दावणी सोडवून पाठच्या परसात नेलीत . परंतु बछडे काहीकेल्या तेथे न जाता शेतात सैरा वैईरा पळत, हूनधडत् पावसाचा

आनंद लुटत होती . त्यांना पकडण्यासाठी मुलांची काय ती धावपळ .

गावातल्या घरी बाया बापडे, म्हातारी कोतारी, ज्यास जे जमेल ते परसातल्या कामाच्या वस्तु सुरक्षित ठिकाणी आणीत् होते . परंतु

ज्यांची धाबी सारविली नव्हती किंवा उन्हाळ्यातली भराई राहिली त्यांची गळती कशी थांबविणार ? पुरता पहिलं प्रहर उलटून गेला

त्या आधी सोसाट्याच्या वाऱ्यामुळे धाब्यावर जाण्यास न धजावलेले, उसंत मिळताच धाब्या वरील गळतीसाठी लावलेले पत्रे सावरण्याच्या

प्रयत्नांत, वादळ वाऱ्याचा नि पावसाचा दूसरा फेरा सुरू झाला . हताश निराशेने सर्वत्र आहहाकार माजला. कुणास काहीही सुचेना. आहे त्या

स्थितीत राहाण्या शिवाय दूसरा कोठलाच पर्याय राहिला नाही.

.

७

उघड्यावर चरणाऱ्या शेळ्या, मेंढया नि बकऱ्यांचे कळप आणि कोंड् वाड्यातल्या गाई बैले वाऱ्या गत सोडून दिल्याचे जाणवले.

नव्हे त्यांचा पत्ताच नव्हता .एकटे भरकटलेले प्राणी मिळेल तेथे आडोसा शोधत, तर पक्षी हवेत उंच उंच उडत आस पासच्या

डोंगरांकडे थव्याने गेलीत आणि नजरेआड् ही झाली असावी किवा वादळात,कित्येकांनी प्राणही गमावले असावेत. काही मोठे

पक्षी वादळात खाली पडल्याने पुन्हा पुन्हा उडून सुरक्षतेसाठी धडपत्, तर काही तेथेच खाली मान टाकून निपचित पडत .

त्या आणि आसपासच्या गावावरील हे कधी नव्हत अनुभवलेले संकट अति भयावहच होत . गावातले लोक जसे शक्य असेल तशी

एकमेकांना मदत करीत तर होतेच, पण ज्यांचे कमी नुकसान झाल्याचे वाटत होते ते लहानाना आणि गरजूना सुरक्षित ठिकाणी

आणि चावडी आणि शाळेत नेण्याचे कामं करीत होतेत्यातले काही एकत्र आले आणि गावात फिरून परिस्थिती बघण्यासाठी जाणार,

त्यातच एकाएकी एकच गलका एकू आला . लहानाना सुरक्षित आश्रय देत असतांना तर दोघेधावत मंदिराच्या दिशेने पळत सुटले.

आणखीन काय झाले आसावे म्हणून जी माणसे तिकडे जाण्यास निघाली, तोच एक मुलगा पळतच त्यांनच्याकडे येत असतांनाच

काही तरी विपरीत घडले आसावे ह्याचा त्यांनाही अंदाज आला . मुलगा म्हणाला, '' काका चला लवकर मंदिराकडे.'' हे ऐकत

अस्ताना त्यांनी आसपासची सर्व कुटुंबेकाही सामान, कपडयाची बाचकी गुंडाळून मुला बाळी सहित घरा बाहेर पडताना दिसलीत् .

गडी माणसे, माय बापडी म्हातारे सर्वचे सर्व गाव चवडीच्या दिशेने घावतसुटलीत . कुणीही कुणासंगे बोलण्याच्या स्थितीत नव्हते.

घोंगावत्या वाऱ्यामुळे सरळ चालणेही अशक्य, तरीही तेथे जाणे जरुरीचे होते. असे काय झाले असावे ह्याचाअंदाज न आल्याने तेही

जवळ जवळ पळू लागले. दुरूनच त्यांनी मंदिराच्या पाठीमागे संथ वहाणारे नितळ पाणी एकाएकी गढुळलेले तर होतेच पण त्या पाण्याला

खूपच जोर घेतलेला होता नि एका एकी त्यांची पातळी वाढू लागली. आधी वाटले पावसामुळे आसपासचे पाणी नदीत शिरले आसावे

पण नंतर समजले कि जवळच्या नदीचा बांधफुटला . जस जशी पाण्याची पातळी वाढू लागली, त्या जवळच्या नदी काठच्या लोकांनी

एकच गलका केल्याने घर सोडण्या शिवाय कोठलाच पर्याय त्यांच्याकडे नव्हता. पाणी मंदिराच्या अवतीभवति वेढा घालून जोरात वाहत

असतानाच मंदिराच्या पायऱ्यांवर पाणी चढू लागले. त्यांची पातळी वाढू लागली. एवढ्यात पाण्याचा दूसरा मोठा लोंढा येताना दिसताच, एक

मुलगा मोठ्याने ओरडला, '' सोनू, पारावरून उठ . मंदिरात पाणी शिरणार तर तू येथे गावात लवकर ++++++++++++++++++++++

+++++++ये." सोनऊ काही केल्या तेथून हालेना . तो त्यांच्याच तंद्रीत होता,समाधिस्थ अवस्थेत । त्याला आसपास काय घडत

आहे त्याचा थोडासाहि आभास होत नव्हता.आसपास काय घडत होते किंवा आरडाओरडा ऐकु येत नव्हता . पाण्याचा खळखळाट देखील

काही कमी नव्हता. तो तर पूर्ण ब्रम्हनद अवस्थेत एकाग्र होऊनस्थितप्रज्ञ झालेला होता .क्षणात पाण्याचा तिसरा लोंढा झेपावत जणू

सर्व नाश करण्यास येतो ना यतो उंचावरचा पार देखील पाण्यात गेला . पार तुडुंब पाण्याखाली गेला . पाण्याचाजोर इतका कि पाण्याने

सोनू ला वाहवत नेले आणि गांवकरी एकमेका कडेच पहात राहिलेत.. पण काही मुलांनी दूरवर वाहत चाललेला सोनू पहाताच ओरडत

म्हणाले तो पहा सोनू बिचारा, शेवटी गेलाच ! किती वेळा आम्ही त्याला तेथून उठविण्याचा प्रयत्न केला पण हलेनाच. तुमच्या पैकी कुणी

मोठी माणसे असती तर त्याचा हाथ घरून तेथून उठवले असते.तुम्हाला येथे यायला फारच उशीर झाला. कुणीतरी म्हणाले, “बघू या जर

कुठ तरी नदी किनारी लागला असेल तर येईल तो पुन्हा येथे. तोही आपल्या शिवाय राहू शकत नाही. येईल तेव्हायेईल. आता तरी

आपण कुणीही त्याला वाचवू शकलो नाही. अशा वेळेस आपल्या कुटुंबातील कुणी असे वाहून गेले असते तर किती दोष मिळाला असता.

बिच्याऱ्यांच्या पाठीमागेकुणी नाही म्हणून आपण शांत आहोत. त्यातील एक म्हणाला. “ते काही असो . पोलिस मधे नोंद तर केलीच

पाहिजे . असे बेवारसा सारखे आपल्याला सोडून चालणार नाही.”

“ठीक आहे आजच रातच्याला कुणाला म्हणजे पोलिस पाटलाला सांगून शाळा मास्टरला पाठऊन देऊ, म्हणजे शाळेची ही

पडझडची नोंद होईल.” त्यातले वयस्कर म्हणाले .

८

वादळ गावाची पडझड करून सर्वांना नियतीच्या हवाली करून, आपल्या वाटेने निघून गेले. रात्री उशिरा पर्यन्त ज्याला जे समेल तसे

आपापले काम करीत असल्याने गांव जणू त्या दिवशी झोपी गेलाच नाही. दुसरे दिवशी सर्व शेतकरी आपापल्या शेतावर जाऊन

नुकसांनीचा अंदाज घेत होती. पण मुले मात्र सोनऊ अभावी अस्वस्थ होती . त्यांना कुणाला चैन पडेना. नदीचे पानी जरी गढूळ

झालेले होते परंतु पुराचा भर ओसरलेला होता . आता पाण्याचा ओघ पूर्ववत झालेला पहिलं आणि मुलांनी खाली वाहत

जाणाऱ्या दिशेने दोन्ही किनाऱ्यावर चालत चालतशोध काम सुरू केले. एकाने चक्क त्या गढुळलेल्या पाण्यात उडी मारली

नि पैल तिरी पोहोचला . पुराचे पाणी जरी ओसरले असले तरी ते सर्व सीमापार करून दूर दूर शेतांच्याही नि झाडं झुडपांच्याही

पलीकडील टेकडी पर्यन्त पोहोचल्याच्या खुणा स्पष्ट दिसत होत्या . काही मुलांनी त्यालाच गाइड करून ५-६ कोस अंतर

त्याचा मागे गेले आणि तो बरबटलेला सर्व परिसर झाडे झुडपे चांचपुन काढलीत. एकाला एका काटेरी करवंदिच्या झुडपाला

फाटका कपडा अडकलेला दिसला .पळतच पाया खालची दलदल पायतळी तुडवत तेथवर पोहोचला खरा पण तो फक्त शर्टाचा

फाटलेला बेवारशी कपडा सापडला. आसपासचा परिसर शोधून न सापडल्यानेते सर्व हताश होऊन आपल्या गावी परतले .

लुळा पांगळा काय तो स्वतःची मदत करणार असाच विचार त्यांच्या डोक्यात चालला होता. आणि ते खरेही होते.

जल समाधी शिवाय त्यांचे कडे दूसरा कुठलाच पर्याय उरला नसल्याने देवानेच त्यास तो दिला असावा. शंका कुशंकेत मंदिराच्या

पाराजवळ पोहोचले . त्यांची झोळी थोड्या उंचीवर झाडाच्या फांदीवर टांगलेली असल्याने त्याही परिस्थित तशीच ओली

झालेली पण सुरक्षित पाहिली. एकाने पारावर चढून त्या फांदीवरून सोडऊनखाली काढली. गांठ सोडून आंत काहीही नव्हते

शिवाय शर्ट आणि पंचा आणि त्यात् गुंढाळलेली एक वही . वही तर कोरिच होती. वाटले कदाचित त्यात् त्यांच्या घरचा पत्ता

किंवा कुणाचे नाव, पण वही चाळल्यावर वहीत फारसे काहीही लिहिलेले नव्हते .अचानक एके ठिकाणी मुलाने

काही ओळी – सोनू लिखित ह्या नावा खाली लिहिलेल्या पाहिल्या . वाटले त्यात् काही तरी संधर्भ मिळेल .

थोडे वाचल्यावर त्या मुलाला समजले कि येथे तरहिंदीत लिहिलेले दोहे आहेत . गावकऱ्यांनी त्याला ते सर्व वाचून

दाखविण्यास सांगतले, तेही सर्वांच्या समोर . त्यान हे दोहे वाचून दाखविले . अर्थ तरगहिरा होता पण त्यातला अन्तरीक

भाव कितीना समजला ते मात्र समजणे कठीणच .

९

“निरंकर धन पायो

आयो हम आपणे द्वार

न खेद न आस, सब है आपणे आप

जेणू करीन पाप वो भी आपने साथ.

न छोडिये साथ जो जो पधारे आपणे द्वार

सब चराचर स्वयं वधारे आपणे आप

प् र जाने सब ऊनके हाथ.” !!

(रमेश सांगळे)

गावकऱ्यांनी नुकसानीचा आढावा घेत आपापले थोडे फार उधवस्थ झालेले घर सावरत असलेल्या बाया बापडे, वृ द्ध,

पुरुष उसंती न घेता उरली सुरली कामे उरकत होती . शेतातली आणि शिवारातील वाडे आणि कमकुवत घरांची पडझड, गुरे वासरे

सावरण्यासाठी आऱ्धे आधिक गांव रिकामे झाले . काहीनी मंदिराकडे धाव घेतली तेंव्हा नुकतेच पाणी ओसरून पहिली पायरी दिसू लागली

चिखलात् माखलेल्या भिंती आणि पारावरच पाण्याबरोबर वाहून आलेल्या झाडाच्या तुटलेल्या फांदयांचे खच पाहून त्यांनी पोराबाळांना बोलावून

सफाई अभ्यांन राबविले . पाणी सुके पर्यन्त मारुतीला शेंदूर न लावण्याची सक्त आदेश दिले.

काही दिवसांनी सर्वांनी आपापल्या परीने ज्या पाऱ्यांवर सोनू बसत असे त्या जागेवरच्या खुणा आणि त्या पाराचा परीघ वाढवलाच, पण शिवाय

पुन्हा तेथे पुराचे पाणी येणार नाही ह्याचीही काळजी घेतली. लहान मुलांनी दोन अडीच फुटाचा एक फलक तयार केला तर दुसऱ्याने

त्याला शेंदरी रंगाने रंगविला, तर तिसऱ्याने सोनऊचे दोहे पांढऱ्या रंगाने लिहिलेत . जो कुणी त्या पारावर बसेल त्यांची नजर सहज तेथे

लक्ष वेधील असेच तो फलक टांगला .

दिवसा मागून दिवस गेलेत, महीने, वर्ष लोटलेत आणि एक दिवस एक दाढी वाढलेला, धोतर नेसलेला डाव्या खाकेत कुबडी घेतलेला,

तरुण पुरुष तेथे आला . तसे बरेच साधू, वाटसरु तेथे येत . घटकांभर विसावा घेत,तहाणलेला मंदिराच्या पाठी असलेल्या स्वच्छ् झऱ्याचे

थंडगार पानी पिऊन पुन्हा जरावेळ टेकून आपल्या मार्गस्थ होई . पाराच्या वाढविलेल्या परिघामुळे, एकांपेकक्षा आधिक गरजूना त्याचा लाभ

मिळत असल्यांनी गावकरी समाधानी होते. तो दाढीवाला तरुण असाच डाव्या कुबडीवर हाथ ठेऊन, त्या आधारे लंगडत पुढे सरसावला .

पारावर बसता क्षणीच दीर्घ निश्वास सोडून एक टक त्या मारुतीच्या चेहेऱ्यांकडे एक टक न्याहाळीत स्वस्थ जाहला.

१०

त्यांची शांत मुद्रा न्याहळीत असतानाच एकाने तेथे मारूतीचा प्रसाद ठेवला तर थोड्या वेळाने एकाने मोठ्या हिरव्यागार पानावर

भाकरी आणि भरीत ठेवून गेला. जाताना त्यांनी त्रयस्थपणे त्यांच्याकडे नजर फिरवली आणि कोणीतरी वाटसरु समजून निघून गेलेत.

सोनू ने त्यांची झाडाला टांगलेली पिशवी जशी होती तेथेच पाहिली . त्याने त्या पिशवीला किंवा प्रसांदाला स्पर्ष केला नाही. सहज लक्षवेधी

अशा वरच टांगलेल्या त्या फलकाकडे पाहिले आणि त्यावर लिहिलेला संपूर्ण दोहा वाचला. त्यांची खात्री झाली कि आपल्याला अजूनतरी

कुणी विसरलेले नाहीत . परंतु जागे विषयी त्यांची आत्मीयता कायम राहिल्याने त्यांचे मन भरून आले. आजून त् रि

आपल्याला कुणीही ओळखलेले दिसत नाही. असाच त्यांच्या मनातील भाव जपायचा असेल तर आपणच येथून कोठेतरी निघून जाणे बरे

थोडा वेळ तेथेच बसून येथील अचूक क्षण जागृत झालेत्. त्यातच दुपारची कलती किरणे पूर्णपणे मावळण्या आधी निघणे रास्त म्हणून

कुबडी खाकेत रोवत, परिसर इतस्थता एकवार, पुन्हा एकदा न्याहळत् गावाच्या वेगळ्या दिशेने सरसावला . तोच एक दोन माणसे मंदिराच्या

बाजूने काहीत् तरी शोधत आली. पारा जवळ थांबली . फलकही वाचला . झोळीची निशानीही तिथल्या तेथेच पाहिली. एका गावकऱ्याने त्यांना

"कोण गावच पाहुणे आपण ? कुणाला त् री शोधता वाटते ! कोठे लहान लेकरू हरवले का ?'"

अनोळखी म्हणाला, “आहो तसे काहीही नाही, परंतु एका पायाने अधू असलेला, कुबड्याच्या आधाराने लंगडत चालणारा तरुण आमच्या

गावांकडून आज सकाळच्या प्रहरी निघून गेला, त्यालाच आम्ही शोधत आहोत..”'

“हो का ! तो तर येथेच थोडा वेळ विसावा घेऊन त्यांच्या वाटेने निघून गेला . परंतु त्याचा तुमचं काय संबंध ?”'

“आहो दोन तीन वर्षांपूर्वी तो पाण्याच्या पुरा बरोबर वाहत आलेला होता . एका पायाने लंगडा होता त्यामुळे झाडावर आडकलेला असल्यामुळे

आम्ही त्यास खाली सुखरूप उतरवून, त्यावर उपचार करून वाचविले . कपडे लत्ते देऊन नि त्यांची कदाचित वाहून गेलेली कुबडी त्यास बनूऊन दिली

आणि पुन्हा त्यास त्यांच्या पायावर उभे केले ..”' इतके सांगून तो माणूस तत्परतेने तेथून सोनऊला शोधायला निघून गेला . संध्याकाळच्या

तिनंही सांजेच्या मंदिराच्या अचूक प्रकाशात तोच तरुण कुबड्या सावरत पुढे येऊन पारावर विसावला . दुसरे दोघे त्याला बरोबर घेऊन जाणारे

अनोळखी होतेच . संध्याकाळच्या आरती साठी बरीच मंडळी जमली असताना पाराजवळ काहीतरि घडत असल्याचे समजताच अवती भवति

बरेच गावकरी जमा झालेत् . एक गावकऱ्याने पुढाकार घेऊन त्या अनोळख्या इसमास काय प्रकार आहे म्हणून विचारले असताना, तो उत्तरला,

“हा तरुण ग्रहस्थ आमच्या येथून अचानक निघून गेल्याने तेही आशा एका पायाने अधू असताना, आम्ही त्याला शोधत होतो . कारण

तो आम्हास पुरात वाहून आलेला असताना सापडला होता. त्याने आम्हास त्यांचे विषई अजून पर्यन्त काहीही सांगितले नाही.

खोदून विचारल्या नंतर चांचरत् त्यांचे नाव सोनऊ असल्याचे सांगितले. हे सांगताच तेथे असलेले सर्वजण सोनू कडे एकटक बघू लागल्याने

सोनूने मान खाली घातली . तेंव्हा एकजण आनंदाने त्याला न्याहळत् म्हणाला, आरे हा तर आपला सोनऊ.!!''

दूसरा म्हणाला, "तो तर दोन्ही पायाने लुळा होता." पुढे चर्च्या वाढू नये म्हणून सोनूच म्हणाला "" मी ज्या माणसाकडे रहात होतो

त्यास मी म्हणालो – मला माझे नाव आठवत नाही, पण ह्या गावचे लोक मला सोनऊ म्हणत,म्हणून मीही माझे नाव सोनू सांगितले .

येथले लोक म्हणतात त्या प्रमाणे मी दोन्ही पायांनी पांगळा आहे . उभे राहणे माझ्यासाठी तर अशक्यच होते .मी घ्यानस्थ असतानाच एक

एक पाण्याचा लोंढा वेगाने येऊन मला कवेत घेऊन गेला. मरणार कि जगणार हा देखील माझ्या मनात विचार आला नाही. ज्यावेळेस

भानावर आलो तेंव्हा मी कुठल्यातरी गावा जवळील किनाऱ्या लगतच्या झाडाच्या फांदीवर अडकलेलो होतो . गावातल्या लोकांनी मला

झाडाला अडकलेला पाहिला. परंतु त्यावेळेस त्यांचाही नाईलाजच होता . सर्वजण पाणी ओसरण्याची वाट पहाट होते . पाणी ओसरते ना

ओसरते, त्या दलदलित चिखल तुडवित माझ्या पर्यन्त पोहोचले आणि अलगत खाली त्यांच्या खांद्यावर उतरविले .

मी माझे दोन्ही हाथ त्या इसमाच्या गळ्याभोवती ठेवून खाली उतरताना मला जाणविले कि माझे दोन्ही पाय आलगत जमिनीवर

टेकलेले होते. एका पायाला जमिनीचा स्पर्श जाणविला. मी ताकत एकटून एका पायावर उभा राहून दूसरा पाय अलगत उचलून पुढे

सरकविण्याचा प्रयत्न केला परंतू माझे प्रयत्न केवळ अशक्यप्राय नव्हे ते प्रयास व्यर्थ ठरले .' त्या बाहेरील लोकांकडे बघून

सोनूने पाणावलेले डोळे पुसून म्हणाला, "ह्या लोकांनी कोठलिही ओळख नसतांना त्यांच्या घराच्या परसात् नेऊन,

स्नान वगैरे घालून माझे चिखलाने माखलेले अंग स्वत;च्या हातांनी स्वछच केले. आसपासच्या गावकऱ्यांनी त्यांचे चांगले कपडेही

पेहराविले . कोणी माझ्यासाठी जेवण आणून दिले तर तेथील घरवाल्यांनी मला ताट वाटी आणि पाण्याने भरलेला तांब्या माझ्या

पुढ्यात आणून ठेवला कि मला निषसंकोषपणे तेथे वावरता यावे . मी ही कळून चुकलो कि मी पांगळा असल्याने माझी कदाचित

कायम स्वरूपी व्यवस्था करू पहातात . गांव एकूण सुखि असाल्याची ही मला कल्पना आली . कुणीही परका त्यांच्यासाठी

पाहुणा असावा. ज्यांनी मला परसात नेले तेथेच त्या माणसाने मला कुबड्या बनवून दिल्यात . त्यावेळेस मला समजले कि हे इसम

सुतारकाम करत असावेत . त्याच परसात सुतार कामासाठी लागणारे सर्व अवजारे पाहिलेत .. कुबड्या मिळाल्याचा आनंद तर होताच,

पण तेथे बरेच बनविलेले नांगर, फाळके, घडवंची आणि बैलगाडीला लागणारी लाकडी गोल चाके पाहिलीत. ."'

हे सर्व सोनूने आपल्या डोळ्यात् सांचविले खरे . त्यातच त्यांच्यातल्या एकाने सोनूला विचरले., "तुला येथे राहाव्यास आवडेल ?"

बाकीचे गावकरीही तसंच काही तरि विचार,माझ्या ह्या अवस्थेमुळे करीत होते. त्यामुळे सोनऊस होकार देण्याशिवाय दूसरा पर्यायही

त्यावेळेस त् री नव्हता .

थोड्या वेळात गावकरी आपापल्या कामास निघून गेलेत. मीही विसावलो . त्यातच मला कधी झोप लागली ते संमलेही नाही.

उठलो तेव्हा बाजूला काथ्याची ची विणलेली लाकडी खाट पाहिली. एव्हडयात सुतारी काम करणारा इसम, ज्याला आताच

कुणीतरी विष्णु म्हणून हाक दिली त्याने मला हाथ देवून उभे केले आणि खाटे वर बसविले . त्यांनी माझाकडे बघून म्हणाले,

"" आज पासून ही खाट तुझी. हेच आता तुझे घर समज. '' असे म्हणून विष्णू त्यांच्या कामाला लागला. मीही उत्सुकतेने

ते सर्व बघत राहिलो . असे काही दिवस गेलेत तेंव्हा मीच त्यांना म्हणालो, "दादा मला ही काम शिकवाल का ? मला माहीत

नाही मी करू शकेल का ! पण प्रयत्न करायला हरकत आहे का ?"

"का नाही.. अस करू, मी तुला ह्या बाजूला पडलेल्या निरोपयोगी लाकडा पासून लहान खेळणी बनवायला शिकवितो. मलाही मुलांसाठी,

कामामुळे ते जमत नाही. तुला शिकायलाही मिळेल आणि तुझा वेळही जाईल ."" हे म्हणताच मला खूप खू प आनंद झाला.

हळू हळू काम तर शिकलोच पण मुले त्या खेळणी विकत घेऊ लागले. थोडे फार पैसे मिळाल्याने विष्णुस आनंद झाला . मलाही खूप

समाधान मिळाले कि मी काही तरी करू शकतो . त्यांचा पेशा सुतारकी असल्याने मी ही त्यांच्या मदतीने पडेल ते काम करू लागलो. .""

गावकरी सोनऊचा शब्द नि शब्दातून मिळणाऱ्या माहिती कडे लक्ष देऊन ऐकत असताना सोंनू सावरला. इतक्यात आरतीची वेळ

झाल्याने संपूर्ण परिसर घंटेच्या नादाने निरमय झाला असताना सोंनू प्रसन्न पावला. सर्व गावकरी, लहानगे जड पावलांनी मारुतीच्या

आरतीसाठी मंदिराकडे गेलेत . सभामंडप आरती साठी सज्ज झाला. सोंनू दुरूनच ह्या क्षणांची वाट पहात् होता. त्याला शोधणारी माणसेही

त्या मंदिरात सामील झाली होती. खर तर मारूतीच्याच दर्शनासाठी आलेला होता पण त्याला शोधणारी माणसे मंदिरात गेल्याने तो

कुबड्यावर एक हाथ ठेऊन विचार करू लागला कि आता पुढे काय करायचे. कुठे जावे, कोण गावी जावे आणि कशासाठी

साठी असे काहीही सुचेना आणि समजतही नव्हते. आता तो थोडेफार कांही करू लागला होता. कुणाचंही बोझ बनू इछित् नव्हता.

काय करावे ते समझत् नस्तानाच एकाएकी ध्यानस्थ अवस्थेत गेला. पाठीशी वडाच्या झाडाचा बुंधा, त्यावर त्याने त्याची पाठ

विसावली होती. परंतु त्याचा आत्मा आसमंतात विसावला होता. गावकरी आरती आटोपून त्यांच्यासाठी प्रसाद घेऊन पुढे आले खरे

परंतु तो निस्थब्थ अवस्थेत पाहून त्यांच्या बाजूलाच ठेवलेल्या पानावर प्रसाद ठेवला. कुणीही तेथून काढता पाय न घेता तेथेच इर्द गिर्द

एकानंतर एक खाली बसून काय झाले कि आपण पुढे काय केल्याने ह्यास आपल्याच गावी ठेवून घ्यायचे कि जेणे करून बाहेरील लोक

त्याला त्यांच्या गावी पुन्हा घेऊन जाणार नाहीत. कदाचित तो तेथे सुरक्षित ही असावा . शिवाय तो स्वतः कांही कामही करू लागलेला आहे..

सर्व काही शांत असतानाच दोन मुले रिकाम्या थाळ्या वाट्यानी बडवित मंदिराच्या दिशेने येत असतानाच एक गावकरी धावतच जावून

त्यांना पुढे येण्यापासून हटकावून, हातातलया थाळ्या ओढून बाजूला फेकून दिल्या आणि चुपचाप घरी परतिचा रस्ता दाखविला .

हिरमुसलेले ते सर्व पाठीमागे पहात् गावात परतले.

थोडावेळ गेला असेल नसेल तोच गावकऱ्यांची खलबते सुरू असतानाच सोंनू च्या चेहेऱ्यावर अचानक तेज आले नि हलकेसे स्मित

पाहून गराडा घालून बसलेली मंडळी ताडकन जागेवरच उठली हे पाहून वयस्कर गृहस्थाने सर्वांना गोंधळ न घालण्याचे आणि जागेवरच

बसण्यास विनंती केली कि जेणे करून त्या जीवाचा कोंडमारा होऊ नये . तरीही मागे बसलेलला एकजण तसाच पाणी आणतो म्हणून

उठून मागच्या मागे गावात गेला. घाईने आणलेला पाण्याचा लोटा घेऊन येत असतानाच जो कोणी भेटेल त्याला उडत उडत दिलेली बातमी

सर्वत्र पसरली . ‘ सोंनू चा गेलेला जीव परत आला ! बघायला पाहिजे .’’ बस हा हा म्हणता विजेच्या वेगाने गांव जागा झाला .

कारण प्रथम म्हणजे सोंनू लुळा पांगळा असल्याने पाण्याच्या लोंढयात वाहून गेलेला परत आला कसा आणि येथेच येवून जीव सोडला

नि पुनः जिवंत् झाला, म्हणजे काही तरी अद्भुत शक्ति त्यांच्या पाठी आहे. सर्व चमत्कारच !

गावतले सर्व चे सर्व घरदार, ओसऱ्या जशाच्या तश्या उघड्यावर सोडून सोनूला पहाण्याची तोबा गर्दी केली . त्यांच्यासाठी

मानवी रूपी देवच जणू येथे अवतरलेला . तिन्ही सांज संपून रात्रीचा अंधार पसरताच जवळ जवळ प्रत्येकानेच कंदील, तर कुणी

लग्नातील पेट्रोम्यक्स घेऊन आले कि जेणेकरून त्यांचा पर्यंत्न, त्याचा तो प्रसन्न निर्मल देवस्वरूप चेहेरा बघता यावा . त्या सर्व

गलबत्यात सोनूने हळू हळू डोळे उघडले .. त्यांच्या पहिल्या नजरेत आपणस सांमवावे म्हणून प्रत्येकाची कोण ती धडपड .

एकूण घडलेला प्रकार सर्वांना ज्ञात झाला . त्याचा प्रसंन्ह् चेहेरा क्षणात बदलला . त्या जागी आता चिंतातुर नि केविलवाना

दिसला. तत्परतेने त्या वडाच्या बुंदहयावर एक हाथ नि दूसऱ्या हाथाने कुबड्या सावरत ताडकन उभा राहिला . सर्व गावकरी

प्रथमच अचंबित होऊन, एकच सुस्कारा सोबत, परस्परांकडे पाहू लागले . प्रत्येकाच्या मनाने यतकिनचीत् ही शंका न घेता त्यास देवत्व

बहाल केले,. कुणी म्हणाले आपल्या गावचे नशीबच थोर . प्रत्येक कठीण प्रसंगी आपल्याला देव पावतो म्हणूनच देवाने सोनूला

आपल्याकडे परत पाठविले .

सोंनू एका कुबडीच्या आधारे उभा राहिला . तेंव्हा एकेका गावकऱ्यांच्या भावना थेट हृदयात भिडल्या . त्यांचे डोळे पाणावले .

त्याने त्वरित स्वतः ला सावरले . त्या तरल डोळयांनी कृत्रिम दिव्यांच्या प्रकाशात सर्वांना एक एक करून न्याहळले . नि समाधानी

केले. गोंधळ थांबतो ना थांबतो, तोच सुतार पायऱ्या चढून त्यांच्या शेजारी येऊन उभा राहिल्याने सर्वांचे लक्ष वेधले . त्याने

सोंनूच्या खांद्यावर हाथ ठेऊन म्हणाला, “लोकहो, तो दोन्ही पायांनी पांगळा होता कि नव्हता ते मला माहीत नाही, मी आणि

माझ्या सहकाऱ्यांनी त्यास वाचविले . तो पुरा बरोबर जवळ जवळ अर्ध जीवंत अवस्थेत झाडावर अडकलेला आम्ही पाहिला.

बरेच प्रयत्नाने त्यास सुखरूप उतरवले, त्यावेळेस तो बेशुद्ध अवस्थेत् होता. थोडेसे उपचार करून त्यास जगण्याच्या लायक बनविला

त्याला कपडालत्ता, अन्न,नि निवारा देऊन सुरक्षित बनविले. आज तो तरुण दिसतो आहे . सद्य परिस्थित काहीही काम करू शकतो.

तुम्ही लोकांनी त्यास ह्या पारावर बसवून ठेवला आणि साधू -स्तान सारखे जीवन दिले . अन्नदान केले.'' तत्परतेने एक गावकरी

म्हणाला,'' म्हणजे तुम्ही त्यांच्याकडून काम करून घेतले नि मगच अन्न पाणी दिले . आम्हीच त्यांचे खरे वाली आहोत कारण तो

स्वतःहून ह्या गावी आलेला आहे . तुमच्या कडे तर तो वाहत वाहत् आलेला,म्हणूनन तुम्ही त्याचावर हक्क दाखऊ शकत

नाही.'' त्यावर तो ठाम होता.

सोनऊला जनतेचे आणि परिस्थितीचे गांम्भीऱ्य समजले . त्याने हातानेच सर्वांना शांत रहाण्याचा सल्ला दिला आणि विषेश म्हणजे

सर्वचे सर्व चिडिचूप झाले..

''माझ्या मायबापानो हे खरे आहे कि, तुम्ही सर्व माझे मायबापच आहात . तुमच्यामुळेच मला जीवदान मिळाले. मला

माझ्याबद्दल काहीही माहीत नाही . मी स्वतः कोण आहे, कोठून आलो आहे कसं आलो, माझे खरे नाव काय, कुळ काय, काहीच

माहीत नाही. मी काही अचांनक प्रगटलो नाही . मला इतकेच आठवते कि मी लुळा होतो. दोन हाताच्या आधाराने मी कोठून तू रि

बेवारिस समजून येथे पोहोचलो . मारुतीच्या दर्शनाने प्रसन्न झालो आणि येथेच झाडांच्या गर्द छायेत ह्या पारावर स्थित झालो .

अचानक एक दिवस मला विठ्ठलाचे दर्शन होताच तडक पहाटे त्या दिशेने गेलो. दोन दिवसांत मोट्या कष्टाने, ऊनहाळलेल्या

रस्त्याने, काट्या कुट्यातून वाट काढून घामाजल्याने अवस्थेत मंदिराच्या आवारात पोहोचलो . तेथे फारच मोठी जत्रे सारखी रांग

पाहून काळजीत पडलो . परंतु ठाम निच्ययाने दर्शन घ्यायाचे ठरविले . रांगेमध्ये मला कुणी येवू देत नव्हते. घामाने भिजलेला आणि

मळलेले कपडे असलेला हा लुळा पांगळा भिकारी म्हणून सर्व मला टाकून बोलले . सज्जन माणसे मला शिवी गाळ करू लागले तर

पोलिसांनी मला तेथून हटकविले . त्यांची नजर चुकवून मी मंदिरातून येणाऱ्या नि जाणाऱ्या लोकांच्या मधून वाट काढीत सभामंडपांच्या

पहिल्या पायरी पर्यन्त पोहोचलो खरं, परंतु तेथून फक्तः विटठलाचे मुख दृष्टीत येत होते . मला संपूर्ण मूर्तीचे अवलोकन नि दर्शन

पाहिजे होते कि जेणे करून हीच ती मूर्ती माझ्या स्वप्नात आली होती . हो, उभे उभ तीच ती आणि त्यातले ते मूर्तमंत स्वरूप पाहिले .

एका एकी माझे कान बधिर झालेत् लोकांच्या शिव्या नि आरडा ओरडा, हलक्याशाही ऐकेनाशा झाल्यात . माझ्या पुढे प्रश्न पडला

कि जर मी आणखी पुढे गेल्या शिवाय हीमूर्ती दिसणे अशक्य . कारण फरषबंद चौथ् ऱ्या आधी समोरच आडवे लोखंडाचे बार

लावलेले होते . तरीही त्याच आवेशातमी पुढे सरसावलो . लोक वळून वळून हा कोण भिकारी आमच्या पुढे पुढे सरकत आहे .

मी त्या बघणाऱ्याकडे लक्ष न देता तसंच पुढेचौथरया जवळ पोहोचलो. तेथूनही मला काहीच दिसत नव्हते. लोखंडी बार जवळ गेलो

नि झटकन मी त्या लोखंडी बारला दोन्ही हातांनी घट्ट पकडले नि ताडकन उभा राहिलो. कुठलाही आधार न घेता दोन्ही हाथ

जोडून विठ्ठलांशी एकरूप झालो . त्या वेळेस मला वाटले कि मी ह्या जगात नाही.

भानावर येताच पुन्हा एकदा मी विव्ठूरायांस माझ्या हृदयात डोळे भरुन साठविले नि मागे वळलो आणि सहजपणे चालत चालत

पायरी पर्यन्त पोहोचलो . पायरी उतरण्या आधीच मटकन खाली बसलो . पायऱ्या उतरून पुन्हा दोन्नही हाताने सरकत सरकत पुढे जात

असताना लोक माझ्याकडे कुस्सीत नजरेनी बघत होते. म्हणाले, “हा तर ढोंगी बनून दर्शन घेऊन आलाही आणि आपण तासन

तास रांगेत ताटकळत उभे आहोत,”

माझा परतीचा प्रवास तोही काहीही न ठरविता एखाद्या चुकलेल्या वाटसरु सारखे येथे येण्यास निघाले . मारुतीच्या दर्शनाने मी प्रसन्न

झालो. आणि येथेच स्थिरावलो . पुढे काय करायचे माझे मलाच माझ्या सारख्या पांगळ्याला काय ठावे . मी येथे राहिलो . दिवस उगवत होता,

कार्यरत होत होता नि मावळत होता . कधी काळ्या कुट्ट रात्रीच्या अंधारात, तर कधी रात किडयानचा आवाज सोबतीला, तर कधी

मंदिराच्या मिणमिणत्या अंधुक प्रकाशात, तर कधी काजव्यानचा येणारा जाणारा थवा सोबतीला. काही दिवस चंद्राचा प्रकाश तर कधी

लखलकत्या पानावरील चंदेरी साज . मंद वारा, उजळ आसमंत आणि खाली जमिनीवर चंद्राचे लख लखीत टिपूर चांदणे खडकांनाही

तेजाळ बनविणारे . अशाच स्वर्गमय वातावरणात राम प्रहरी पांघरून ओढून कधी झोपी जात असे हे मीही सांगू शकत नाही..आज मला कुणी

माझे खरे नाव, गाव विचारले तर तेही सांगू शकत नाही. कोठला विचारले तर, ते तर दुरचेच . आज तरी मी कोठे रहायचे ठरवू शकत

नाही. आपल्या लोकांचा आग्रह संमजू शकतो परंतु आजची रात्र तरि मला विचार करायला द्यावा ही माझी विनंती . हे सर्व

ऐकताच गाव इतस्थता पांगला. दुरून आलेले मात्र खास इराद्याने तेथेच मंदिराच्या आवारात मुक्कामाला राहिलेत . रात्रीच्या नीरव शांततेत

अधून मधून चक्रवाक पक्षी एखादी तान देवून आकाश गंगेत भिडे . त्यांच्या बरोबर दुसऱ्या पक्षाचाही आवाज विरून जाई.

सोंनूला झोपेने घेरले होते. दिवसभरच्या शिण, संवेदनशील मनाने त्याला झालेला अविषकार, गावकऱ्यांच्या अफाट प्रेमाने हेलाविलेली

मनस्थिति . सुखाच्या तिरतेपोटी त्यांचे मंन अस्वस्थ झाले . त्याने त्यांच्या बोचक्यातून जवळ जवळ कोरिच वही बाहेर काढली

मिणमिणत्या प्रकाशात त्याने त्यात् लिहिले..

“माझ्या सर्व प्रिय जनहो, मला आपण सर्वनानी क्षमा करावी, अशी माझी प्रामाणिक ईच्या आहे . मी तुमच्या सारखाच सरळ साधा

मुलगा आहे . माझ्यात कुठलेही देवपण नाही.. माझा निस्वार्थपणा . कुणापुढे हाथ न पसरता आहे त्या परिस्थितीत रहाणे . कुणी काही

अन्न दिले तर भूक क्षमविण्या पलीकडे काहीही काम केले नाही . परंतु पाण्याच्या पुरात वाहवत गेल्यामुळे अचानक चमत्कारिकपणे

माझा एक पाय हालचाल करू लागल्यामुळे सुतार काकांनी मदतीचा हाथ पुढे केला. नि मला त्यांच्याकडेच कामात रुजू करून घेतले.

हे जरी असले तरी मला ह्या जागेची ओढ कायम राहिली असल्याने मी तेथून निघालो आणि मारुतीच्या पायाशी परत आलो.

मला कुणीही ओळखले नाही, परंतु येथे जपून ठेविलेल्या खाणाखुणा माझ्यावर असलेल्या नितांत प्रेमाचा ठेवा नि साथ असल्याची

जाणीव झाली. माझे दोहे देखील फलकावर लिहून ठेविलेत . हा पार देखील स्वच्छ नि नीटनेटका ठेवला . माझी झोळी देखील त्याच

ठिकाणी मी पाहिली. . असे असताना ह्या जागेची अवहेलना होऊ नये म्हणून मी तिसरा मार्ग स्वीकारला आहे . परंतु ऐन वेळेस

सुतार काकां तेथे पोहोचुन माझी ओळख तुम्हांला पटविल्याने तुमचा, मला पुन्हा येथे त्यांचा परत आणण्याचा प्रयत्न यशस्वी ठरला .

येथले पुन्हा आगमन आणि माझा थकलेला जीव ह्या झाडाखाली विसावला. परंतु त्याच वेळेस अंतरध्यानात पोहोचलेल्या माझा आत्म्याने

मला वेगळीच दिशा दिली. काही तरी माझ्या नयन पटलावर ठळकपणे चलत चित्र येत असताना माझी मती गुंग झाली. मला सर्व काही

स्पष्ट दिसले . ओळखही पटली. ते तर सर्वकाहीही माझ्यासाठी खरे स्वप्नच असावे . मला माझ्या स्वगृहीचे

गांव,त्यातले घर, आमचा वाडा, माझे आई,वडील आणि आसपासची नात्यातली, ओळखीचे सर्व काही दिसले, नव्हे भेटले. माझे मला

बालपण दिसले. भला मोठा वाडा. वाड्याच्या धाब्यावर सवंगड्यां बरोबर खेळणे . संदयाकाळी दिवे लागनीस समोर जोत्यावर गप्पा गोष्टी

सांगणे, दुपारी नदीत पोहणे आणि आमराईत न्याहरी करणे, सर्व सर्व काही आठवले . हे खरे कि खोटे ही पडताळून न पहाता किंवा अंदाज

न घेता मी आणि माझे पाय खेचले जाणार त्या दिशेने प्रस्थान करण्याचे निश्चित केले आहे. तेंव्हा तुम्ही माझ्या साठी आपापसांत्

न भांडता गोडी गुलांबीने आजपर्यंत राहिलो असेल तसेच पुढेही रहा. अशीच माणुसकीही जपा . हा माझा अखेरचा राम राम घ्या !!

जय हनुमान . जय बजरंग बली !'' सोमनाथ.

——-----------

सकाळच्या सूर्योदयाच्या आधीचे प्रस्थान नि रवीच्या अंगमनांचा पहिला प्रहर सुरू होताच गावकरी आपापल्या कामाला जायचे

आंत सोंनूने त्या रात्री वहीत लिहिलेले पान वहितून काढून फलकावर चिटकविले आणि तेथूनच हनुमानाला पूर्ण श्रद्धे नमस्कार

केला आणि गावाला नि त्या मातीवर डोके टेकून, नमन करून कुबड्याच्या सहाय्याने दुख;द मनाने पुन्हा पुन्हा गावाकडे पहात्

उत्तरेच्या दिशेने प्रस्थापित झाला .

गांव जागा झाला . सर्व गावकरी सकाळचा उरक आवरून आपापल्या कामाला निघून गेलेत . मुले बाळे शाळेच्या घंटेच्या

आवाजाच्या दिशेने पळालेत . प्रत्येकाच्या तोंडी सोंनूचाच विषय घोळत होता. जो कुणी मंदिराच्या दिशेने गेला त्याला सोंनू दिसला नाही.

कुणी म्हणाले, गेला असेल मंदिराच्या पाठीमागे आंघोळीला, तर कुणी म्हणाले तो आता निमोनिच्या, नाहीतर बाभळीच्या काड्या

तोडत असेल. तेथेच ठाम मांडून बसलेले दुसऱ्या गावचे लोक, येणाऱ्या जाणाऱ्या गावकऱ्यांना विचारत होते,

“अजून कसा दिसत नाही सोनू . आता पर्यन्त काय करत असेल पाठीमागे ? आम्ही कवा पासून त्याचीच वाट पहाट आहोत,”

तर एक गावकरी म्हणाला, “कुणी त्यालापळवून तर नेला नसेल ? उगाच गवगवा नको म्हणून मी काही गुपचूप राहिलो.

पण तुम्ही लोक तर येथेच रातच्या पासूनआहात नव्ह आणि तुम्हास माहीत नाही कस..”

गावभर ही बातमी वेगाने पसरली कि सोंनू पुन्हा गांव सोडून गेला . बाहेर गावी शिकायला जाणाऱ्या मुलानेही त्या घाई घाईने

त्या गलक्यात शिरून, पुढे आला नि झाडाच्या त्या फलकावर चिटकविलेल्या चिट्टीकडे त्यांचे लक्ष वेधले .

त्याने ते वाचले नि मोठयाने पुन्हा सर्वना वाचून दाखविले. . "सर्वानचा आभारी.
– सोंनू "

अलगत ती चिट्टी काढून पुन्हा एकदा सर्वांना त्यातले दोन शब्द वाचून दाखविले. सर्वानचे चहरे उतरलेले अस्तनाच

एकमेका बघून म्हणाले.

अखेर सोंनू निघून गेलाच .

त्यातला एक म्हणाला, "जसा आला तसा गेला."

एक आठवण (सत्य कथा)

पहाटे पहाटे विरजणाच्या अमृत डोही
थंड थंड वाऱ्या संगे हिंदोळी रांजणी उंच उंच रवी,
घुसळून घुसळून तरारू तरारून उसळे मखवली लोणी.
कोठे शोधू त्या कान्हा शोधून शोधून ना गवसे मजसी.

असे ते दिवस अमापतेचे, समृद्धीचे,
घरा घरातून, झरोक्या झरोक्यातून
सोन्याचा धूर नेणारे सदन नि वाड्यातील धुराडे
काळ काळाच्या आड तर नाहीही ना गेला !

सत्य कथा

एके दिवशी मला आठवण झाली नि अशाच एका लहानग्या टुमदार झाडात लपलेल्या गावाकडची . नुसतीच

आठवण काढण्या पेक्षा आपण दोन तीन दिवस तेथे जावून का बर त्या आठवणींना पुन्हच्य उजाळा देवून अनुभाव्यात . प्रत्यक्ष

हा शब्थ माझ्या साठी कठीणच होता, परंतु अप्रत्यक्षपणे का होईना त्या जागेचे महत्व माझ्यासाठी खचितच रुजणारे होते.

दोन दिवस म्हणजे शनिवार, रविवार आणि एक दिवस क्क्येजूअल - रजा घेवून जाण्याचे मनाशी ठरविले . एकटे

जाण्यापेक्षा आणखीन कुणाला तरी बरोबर जोडीस घेऊन जावे . परंतु आता त्या गावात आपले कुणी आहे का ? असे असताना

कुणाला तरी बरोबर घेऊन जाणे कितपत योग्य आहे . मग कसे काय करायचे .

सर्व विचार बाजूला सारून मी ठरल्या दिवशी तिकिट काढून रेल्वेत बसलो . ३-४ तासांच्या प्रवासात आणि आठवणीच्या

विरंगुळयात् स्टेशन कधी आले ते संमजलेच नाही. स्टेशन आले. पण फलाट नाही. गजाला पकडून खाली उतरलो .

तिकिट कलेक्टर झाडाखालीच उभा होता. त्याला तिकिट देऊन पुढे गेलो. रेल पटरी ओलांडली. समोरच लहानसे तिकिट

ऑफिस त्यातून वर्षे अन वर्षे एकटे मास्टरच चार चौऊघांना बरोबर घेऊन बाकीचे काम करीत होते.

. त्याच छताखाली मोठे विश्रांती गृह . दगडी उंच बिल्डिंग त्यामुळे थंड खेळती हवा. दोघे तिघे खालीच फरशीवर निवांत बसलेले,

कदाचित येणाऱ्या गाडीसाठी किंवा कुणालातरी घेण्यासाठी आलेले असावेत .

दोन तीन लोखंडी बेंच पण वरती पंखा वगैरे काहीही नाही. परंतु आत पाऊल ठेवताच थंड गारवा जाणवला. कदाचित आसपासची

शेती नि प्रदूषण विरहित हवा असल्याने असावे . त्या लोखंडी बाकावर टेकताच थंड स्पर्शाने थकवा कोठल्या कोठे

गेला. बरे वाटले. फळ भाज्यांचे पेटारे चढविण्याचे काम होताच, स्टेशन मास्टरने शिट्टी वाजवून हिरवा झेंडा दाखविला .

लहान मुलांच्या गोष्टी सारखे जणू सर्व चाललले. मलाही तो अनोखा क्षण पुन्हा अनुभवता आला. ट्रेन निघून गेल्यावर

मास्टर त्यांच्या ओफिसमध्ये येत आसतांना मला एकट्याला विश्राम गृहात पहिले. कुणी नवखा वाटले . स्टेशन मास्टर

म्हणजे चालते फिरते ओफिसच. तिकिट देण्यापासून स्टेशनच्या तेलेग्राफिक संदेश घेण्यापासून येणाऱ्या जाणाऱ्या

माल गाडीचे आणि प्यासेंजरचे आगाऊ सूचक घंटा वाजविणे तसेच आलेल्या मालाचे वजन करणे ही सर्व त्यांचीच

जबाबदारी. मदतनीस ३- ४ कामगार होतेच त्यामुळे त्यांना एकटे कधी वाटत् नसे असे माझे आजोबा सांगत .

त्या शिवाय रोजची येणारी जाणारी गावकरी मंडळी, त्यांना नमस्कार केल्या शिवाय पुढे जात नसत . आजोबा तर म्हणे त्यांना

कुणाच्या हाती भाजीपाला, दूध, लोणी वगैरे लागणाऱ्या वस्तु पाठवित. नव्हे एकदा कुलकर्णि नावाच्या निववृत्त स्टेशन मास्तरांनी,

जे माझ्या मित्रांचे वडील ज्यांच्या घरी गेलो असतांना त्यांनी मला माझे नाव विचारले . मी . मूळचा कुठला नि आजोळ विचारले

असताना मी सर्व सांगितल्यावर त्यांनी मला ओळखले आणि त्यांची ओळख सांगितली . ते देखील त्याच स्टेशनचे मास्टर

होऊन, तेथूनच ते सेवांमुक्त झाले. मी त्यांच्या मुला बरोबर खेळतो म्हणूनही खूप आनंद झाला . ह्या सर्व घटना पूर्वीच्या .

आता त्यातले कुणी राहिले नाही. पण स्टेशन आणि त्यांची व्यवस्था तशीच होती ना ! स्टेशन मास्तर

ने मी अनोळखी असल्याचे पाहिले आणि माझ्याजवळ येवन विचारले. "'आपल्याला कोणत्या गावात जायचे आहे. आसपास

३-४ गावे आहेत." त्यांच्या विचारण्यात आदरता होती आणि मदतीच्याच हेतूने त्यांनी विचारले. कारण प्रत्येक गावातले

कुणी ना कुणी उतरल्या नंतर थोडे फार आपापसात बोलून, काही तरी विषय काढूनच पुढे जात. तर कुणा चा

आपापल्या बैलगाड्या जोतन्यात वेळ जाई. एकूण, गावकरी आसपास काही ना काही कारणाने अजूनही तेथेच रेंगाळत होती .

वेगवेगळ्या गावची असल्याने असावे कदाचित. ह्याच उद्धेशाने मास्तरांनी विचारले कि जेणे करून मी कुणा सोबत

तरी जावे. मला एकदम आठवले कि अजुनही पूर्वीची धनसंपदा नसली तरी एकूण मुळातच असलेली माणुसकी

येथल्या लोकांनी जपलेली दिसते . त्याशिवाय मास्तरांनी असे विचारले नसते. मला आनंद तर झालाच, परंतु

मला तीन कोस अंतर पायी चालून आसपासचा परिसर बघण्याची तीव्र ईर्षा जागृत् झाल्याने मी त्यांना

सांगितले कि मला पायी चालून ह्या काही वर्षात काय फरक पडला ते बघायचे आहे. शिवाय जाताना, ज्या

रस्त्या लगत विहिरी आहेत त्यात् किती पाणी आहे ते बघायचे आहे . मी काही पत्रकार नाही पण मनांची रुख रुख म्हणून

मला पायी चालत जायचे आहे. असे सांगताच स्टेशन मास्टर त्यांच्या कामाला गेलेत.

दुपार सरून गेली . मी अजूनही बाकांवरच बसून होतो. सर्वत्र नजर फिरविली

आणि एकदम आठविले कि आम्ही हिवाळयाच्या सुट्टीत स्टेशन जवळ येण्या आधीच दरवाजापाशी येवून थांबत.

गाडी स्टेशन मध्ये आल्या आल्या घरची एक दोन गडी माणसे आम्हाला उतरून घेण्यासाठी पळत पळत आमच्या

डब्या जवळ पोहोचत . स्टेशनवर तेलावर जळणारे बरेच म्हणजे ७ ते ८ दिव्यांच्या अंधुक प्रकाशात आमच्या साठी पाठविलेली

.गडी माणसे आम्हाला खाली उतरून घेत. गडी माणसे म्हणणे बरोबर नाही. कारण घरातल्या सर्व कामात आणि

सणासुदीला त्यांचा सहभाग असे .

त्यांच्या घराला लागणाऱ्या सर्व वस्तु, अन्न धान्य,कपडे पुरविले जात . सर्व काही कुटुंबा प्रमाणे . त्यांचा प्रामाणिक

पणा, निरपेक्ष वृत्ती आजकाल कोठे मिळणार आहे ? आम्ही ट्रेन मधून खाली उतरल्यावर स्टेशन बाहेर आल्यावर

बैलजोडी गाडीला जोडत बहुतेक वेळेस शटल वेळेवर येणार नाही हे गृहीत धरूनच गडी माणसे बैलांसाठी

चाऱ्यांची सोय आधीच करीत असत . गाडीतला पसरलेला चारा आणि त्यावर अंथरलेला झोऱ्या आमचे बसण्याचेही आसन

असे. इतर वेळेस, बैलांना चारा टाकून ती माणसे निवांत विडी ओढात् आगगाडीची वाट पहात् बसलेली असायचे. आम्ही

एकदा आगगाडीतून खाली उतरलो आणि मामाच्या बैलगाडीत बसलो कि गाडीचा चालक आणि आमच्या

गप्पा चालायच्या. कोठल्या शेतात किती धान्य पिकले . कोठे भुईमूग उपटून सुकायला ठेवला तर काही ठिकाणी

त्यांची झोडणी चालू आहे, किती सारी माणसे ह्या वेळेसही काम करीत आहेत आणि त्यामुळेच तात्या म्हणजे तुमचे

मामा तुम्हाला घ्यायला येऊ शकले नाहीत. त्याने पुन्हा आणखीन सांगितले कि, "गेल्या तीन आठवडे किती बाजरी

काढली आणि कशी दोन कोठारे भरुन उरली. आणखीन एक कोठार ज्वारीसाठी रिकामे ठेवले . आता भाव कमी आहे

म्हणून विकू शकत नाही. खरेदी करू पहाणारे आणि साठवण करून ठेवणारे खूप हाइत. झ्यासणी पईक्याची आडचण आहे

त्यांनी कवाच सौदाही केला. त्या तुमच्या आत्याच्या जावेचे लगिण आहे ना ." अशा अनेक गप्पा मारीत निर्मळ मनाने

सर्व काही सांगत होता.

सुगीच्या हंगामात घरातल्या कुणालाही असे सांगण्यास वेळ नसतो पण आम्हाला हे कळणार ते घरातल्या माहीतच असायचे .

असे आम्ही रात्रीच्या शांत वातावरणात, बैलांच्या घुंगरूच्या आवाजात, काळोखातल्या चमचम करणाऱ्या चांदण्यात,

थंड हवेचा अनुभव घेत घरी पोहोचलो. पूर्वीचा काळी आम्ही तर घोड्यांच्या टांग्यात, आत लहानशी गादी, ईर्द गिर्द

तक्या नि आरशांचे पडदे असलेल्या वहानात् आम्ही आजोळी जात . परंतु आता दिवस पालटले.

बऱ्याच वे ळाने मास्टर ऑफिसच्या बाहेर लाल – हिरवा बावटा घेवून बाहेर येतांना त्यांनी मला पुन्हा पाहिले नि म्हणाले,

"काय पाहुणे, कुणाकडे आलेत ?" त्यांनी मला भानावर आणले. पांच मिनिटाचे दोन तास कधी झालेत् ते मला समलेच

नाही. "काही नाही हो . मी माझ्या आजोळी आलो ." काही तरी बोलायचे म्हणून जरी बोललो, पण ते खरेच होते.

पण मामाचे नाव न सांगता माझेच नाव सांगून मी उठलो आणि पायी पायी चालू लागलो. कारण आता ते सारे बदललेले होते.

माझ्या बरोबर ८-१० माणसे गाडीतून उतरलेली होती आणि एव्हाना आपापल्या दिशेने निघूनही गेलीत . मी मात्र रेंगाळतच चालत

राहिलो. संध्याकाळची चाहुल लागली . येथून हे गांव ५-६ किलोमिटरवर त्यात् कच्च्या रस्त्यांवर धुळीचे सम्राज्य . बैलगाडीच्या

दोन्ही चाकोऱ्या मधून रस्ता काढीत,तर कधी रस्त्याच्या कडेने जवळील टेकाडावरून चालू लागलो. पाठीमागून येणाऱ्या गाडीवानाने

ते पाहून मला विचारलेही, "कोन गावहून आले ? आताच्या शटलनेच ना ." मी हो म्हटले. त्यांनी विचारले, "मग पाहुने

कुनकडचे ?" पुन्हा तोच प्रश्न . परंतु आता मला त्याला उत्तर देणे भाग होते. कशावरून तोही त्याच गावचा नसेल ? मीही

त्याला माझ्या मामाचे नाव सांगितले. ते ऐकताच ते म्हणाले, "मगाच मी तुम्हांसणी गाडीत बसायला सांगणार व्होतो

पण माहीत नव्हते आपण कुठल्या गावच्या दिशेने वळणार . मग हा गांव तर आपलाच . चला बसा ह्या गाडीत." माझी हो

म्हणन्ण्याची वाट न पहाता गाडी थांबविली . कडब्यांवर घोंगडे पांघरले आणि बसायला भाग पाडले. मलाही त्यांचा सहजपणे

येण्याचा आग्रह मोडू शकलो नाही. त्यांच्या सवयीपणे तोही त्याचा आठवणी सागण्याचा मोह आवरेना. सांगता सांगता

मध्येच उसासे सोडून, डोळयात् दडलेले पाणी आवरत् पुढे, त्याने हलकेच विषय बदलून म्हणाला, "आज बघा मी शेजारच्या

गावात गेलो होतो . मागच्या उन्हाळयात् दुष्काळयामुळे मी गुरांसाठी चारा आणला होता तो ह्या वेळेस त्यांसि परत केला.

ह्या वेळेस थोडे चांगले सुगीचे दिवस पाहिले नाही तर सदा न कदा काहीना काही कारणे दुष्काळच. कर्ज घेतले तर थोडे थोडे

करून रब्बीच्या किवा खरीपाच्या मोसमात फेडणे भागच आहे. असाच मोसम राहिला तर देवाची मेहरबानि होईल .

आज काल सरकारच काही बि समजत नाही. मग कुणाच्या भरोषावर जगायचे? आम्हीच एकमेकानसी मदत करतो

बाकी कशाला काही अर्थ राहिला नाही. सर्व बेभरोशी. बघा मागे माझ्या चुलत्याचे पोटाचे ऑपरेशन होते.

त्याला २०००० रुपये लागणार होते .वेळेवर इलाज झाला असतं तर ईथ पर्यंत एळच आली नसती. गावकऱ्यांनी नि सरपंचांनी

मिळून पईसे गोळा करून ऑपरेशन पार पाडले.

गांवात् सरकारी डाक्टर हाएत् पण त्यासणी काहीच उपयोग नाही." थोडा वेळ गेल्यावर पुन्हा त्याने विषय काढला,

"तो डाक्टर कधी येतो, कधी जातो कुणालाच माहीत नसत. बहुतेक तो नसतोच . पगार तर बरोबर घेत असेल का हो ?"

त्यात् त्यां बोलण्यात कळ कळ जाणविली .

दाजीच्या ह्या प्रश्नाला उत्तर देणे माझ्या सारख्याला कठीणच होते. पुढे विषय न वाढविता पण त्याला धीर देण्या करिता,

मी लागलीच म्हणालो, "दाजी नका काळजी करू . सर्व काही ठीक होईल . फक्त सरकारच्या वेगवगळ्या योजनानकडे

लक्ष असू द्या . आता पूर्वी सारखे राहिले नाही. जसे आपण आपल्याच जुन्या पद्धतिने आणि अनुभवानी वेगवेगळी काम

आणि शेती करीत होतो आणिजे काही करीत होतो ते त्यावेळेस ठीक होते नव्हे भरपूर होते . आता गावाची आबादी

वाढली आहे आणि जमिनीच्या वाटण्याझाल्याने एकसंग पीक मिळत नाही . तेव्हा जमीन कसण्या पासून पीक हाती येईपर्यंत,

कमी जमिनीत पीक कसे उगवायचे त्याचे तंत्रत्घ्यान विकसित झाले आहे. त्यासाठी मात्र थोडी मेहनत घ्यावी लागेल इतकेच."

मी ही वाक्यं पुरे करतो ना करतो दूसऱ्या गांवांकडून येणाऱ्या गाडीवानाने त्यास विचारले., "आज शटल वेळेवर नव्हती वाटत् .

कारण तुम्हीच आता परी भेटले."

"खऱ् आहे" समोरच्याने गाडी थांबून विचारले., "हे कोण गावचे पाहुणे."

मला मात्र आता हे थोडे जास्तच वाटले आणि दाजीने सांगण्या आधीच मी म्हणालो. "काही सरकारी कामासाठी आलो ."

जेणे करून आणखीन काही विचारणा नको. ते दाजीने ओळखले आणि पुढे म्हणाले, "आहो आता प्रत्येक घरातल्या मुलांनी

शिक्षण घेतल्याने ते सर्व शहराकडे जातात . टिचभर घरात रहातात . मुली पण काही कमी नाहीत त्यांना कुठ होतात शेतीची अशी काम.

ते बि थोड फार शिकून शहरी बाबूशी लगिन करून जातात . वर्षाला मात्र येऊन धान्य नि उन्हाळयाचा येथे तयार झालेल्या वस्तु

हककाने घेऊन जातात . तेथे कोठे अशा कामाला बाया बापडी मिळणार."

थोड्याच वेळाने त्याने गाडी थांबविली . म्हणाला, "तुम्ही ह्या झाडाखाली थांबा, तोवर मी जवळच्या ओहोळावर

बैलांना पानी पाजून आणतो. येतोच.'' मी जवळील झाडाच्या बुंदहयापाशी लहानश्या टेकाडावर जाऊन बसलो. इथून गांव जवळच होते.

चालत सहज, आसपासचा परिसर न्याहाळत काही मिनिटांतच जावू शकलो असतो. पण त्या दाजीला काय वाटेल म्हणून तसंच

बसून आसपासचा परिसर न्याहाळत होतो. अत्यंत नितान्त सुंदर आल्हादयक वातावरणाने मी मोहित झालो . नदी जवळचा हिरवागार

परिसर. विहीरीवरील मोटाचा कुई कुई आवाज नि त्यावर दिलेली बैलांसाठी दिलेली हाक त्या सोबत त्यांचे हलक्या आवाजातील

सुरातले गाणे तर त्या पलिकडील वावरातून नांगर हाकलताना तो आवाज. तर त्याच शेतात पालापाचोळा गोळा करून जाळल्याने धुराचा

हलकासा हवेतला वरवर जाणारा थवा आणि त्याचा ही कधी न अनुभवास येणारा तो सुगंध . हा अनुभव नवा नसला तरी पुन्हा

अनुभवण्यातली मजा काही आउरच. आयुष्यातला एक सुखद अनुभव असाच मनी राहो म्हणून सर्व काही डोळ्यात् साठवत होतो.

इतक्यात खिशांतील किल्ल्यांचा आवाज ऐकला आणि चांचपत् बाहेर काढल्या.आठवणिचा कोण गलका . एकदम माझ्या डोळ्या

समोर दुमजली माडी तरळली . वरच्या मजल्यावरील

२०–२२ महिरपी आकाराच्या राजस्थानी नक्षीकाम असलेल्या खिडक्या. एखाद्या राजवाड्याला शोभाव्या तशा. . खाली पायऱ्या –

असलेला उंचावर बांधलेला लांब रुंध जोता. त्यावर शहाबादी फरश्या . जोत्या समोर गुरांना चाऱ्यांची गव्हाण आणि त्याला

५ -७ पितळेच्याहरिणीच्या कोरीव कामी, मुखी कड्या . त्याला कधी घोडे तर संध्याकाळी दावणीस गाईना बांधायला कड्यांच्या दावनि..

शिवाय बच्च्यडयासाठी परसात वेगळीच व्यवस्था . जोत्याच्या मधोमध एक भला मोठा नक्षीदार भव्य लाकडी दरवाजा . त्यावर ठीक

ठिकाणी पितळी पिरॅमिड आणि त्याखाली पितळी फिरक्या. . कदाचित वास्तु शांश्राच्या चौकटीत असलेले. दरवाज्याच्या दोन्ही

बाजूस महिरूपी आकाराच्या खिडक्या, सधनेची साक्ष देते असाव्यात्.

एतक्यात गाडी वाल्याचा आवाज आला, “दाजी, झाल बरकां पानी पाजून . आता आपण ज्या ठिकाणी उभे हात्, तेथे बी

कमरे पोत उन्हाळयात पानी असायचे बरकां. पण आता फक्त वाळूच दिसते. आणखीन एक गोष्ट सांगतो तुम्हाला आठवते का बघा.

मीही उत्सकतेने विचारले, “कोणती रे बाबा.” त्यावेळेस उन्हाळयात तुमचे सर्व कुटुंब येथे गाडीत पोत्यांनी मटकी आणत .

तुम्हाला त्या आंब्याच्या झाडाखाली बसवत आणि सर्व बायका तुमच्या आजी सोबत पाण्यात उतरत . तेही भला मोठा झोऱ्या

घेवून नि लुगडे . त्यात् आधोलिने मटकी भरत आणि ह्या पाण्यात नदीच्या मध्यभागी झोऱ्याचे नि नंतर लुगड्यांत चारही बाजूस

आणि जड असल्याने मध्येही घरून बराच वेळ घुसळत. त्यातली चिकट माती जात नाही तोपर्यंत . त्यां नंतर मटकी आणि

खडे हाताने पाण्यातच वेगळे करीत .

मी चटकन म्हणालो, ‘‘ बरोबर . आम्ही त्यांना मदतीस गेलो तर आम्हाला हटकावयाचे . कारण एक तर हे काम किचकट .

माती विरघल्या नंतर त्यातले खडे मुख्य करून बाजूस काढणे आणि त्या नंतर किनार्यावर पहिले ऊन देणे फक्त अनुभवीच

बाया करीत,” पुढे ते म्हणाले .” आता तर नदीला पाणीही नाही आणि सर्व पद्धतीही बदलल्यात .” असे म्हणून त्याने बैलजोडी

जुंपली आणि थोड्या वेळेत गावाच्या वेशीत पोहोचलो . तेथे सुबक पूर्वी रामदास स्वामिनी बांधलेले भले मोठे दगडात् बांधलेले मंदीर.

पहातांच आपोआप हाथ जोडले गेले. मंदीर अजूनही सुव्यवस्थित पाहिले. मंदिराच्या पुढ्यात भला मोठा पिंपळाचा पार . त्यावर

बहुतेक वेळेस म्हातारी माणसे बसत . त्या मुळे ते गाव कधीच सुने सूने वाटत् नव्हते आणि आजही तसेच दृश्य पहायला मिळाल्याने

मला कोण आनंद झाला ते मी शब्दांत वर्णू शकत नाही. विचार तरळला कि आज येथे कुणीतरी जवळचे असते तर निवृत झाल्यावर

येथे रहाण्याचे स्वर्ग सुख आगळेच असते. आज जसे कितीतरी गावकरी, ह्या संध्याकाळच्या वेळी किती सहजपणे गप्पा गोष्टी करताना

दिसत्तात . येथून वरचा रस्ता गावात जातो तेंव्हा पारावरच्या गावकऱ्यांना सहज कळते गावात कोण येते नि कोण जाते. बाजूलाच बारमाही

विहीर .अंधार पडायच्या आत बाया बापड्या आपापले धुण, भांडी आवर्ती घेऊन घरी पोहोचतात . न कुणाची ह्या कातरकाळी

भीती ना कुणाचा ओरडा . जणू हाच येथला रीतिरिवाज. जसे बैलगाडीच्या चाकाचा खडखडाट खालच्या खडिमूळे झाल्याने

पारावर बसलेल्यांचे लक्ष आमच्याकडे वेधले. म्होरकयास एक माणूस म्हणाला, “अरे कोण गावच रे हे पाव्हण ? “

तो म्हणाला,” धरमाजीचे तात्याचे.” “पण आता त्या घरात तर कुणीच नाहीत. “पलीकडून दुसराच म्हणाला. “पण घरात

कुणीच नाही म्हणून कसे चालेल. मग आपण सर्व कशासाठी ? “तिसरा म्हणाला.

मोहोरक्याने समोरच गाडी थांबविली आणि समोरच्या शकुंतलेला तेथूनच हाक मारुन बाहेर बोलाऊन म्हणाला, ‘’ कोंडीबा

कसा आज ओसरीवर बसलेला दिसत नाही ? “तेंव्हा शकू म्हणाली, ‘’ बाबा आजून शेतातच आहेत . गाय व्याली, त्यामुळे ते

तेथेच थोडे थांबून त्या नवजात बछडयाला गाडीत घालून परत आणायला गेलेत . एक गाडी तर गेली दुसरांच्या शेतात

खत सोडायला, आणि हे दाजीचे भाचे आज अचानक इकडे कसे ?” माझ्याकडे बघून म्हणाली,” लई दिसांनी ह्या

गावची आनि घरची आठवन झाली वाटत् . ह्या आधी, कधी दिवाळी न कधी उन्हाळयाची सुट्टी चुकली आणि आज अचानक म्हणून

म्हणल .” शकुला मधेच आडवत, गाडीवाण म्हणाला, “आता लवकर लवकर येवून झाडू घेऊन ये नि थोडी साफसफाई कर .

तुझ्या घाकल्या पोराला बि धाड आता मदतीला.”

मी खिशातून चावी काढताच म्होरक्याने ती माझ्या हातातून घेऊन थोड्या कष्टाने कुलूप उघडून माझी ब्याग जोत्यावरून

आत ठेवली. धाकल्याला सांगीतले कि, “तुझा भाऊ येई पर्यंत पाहुण्यांना काय पाहिजे ते बघ पण त्या आधी हा जोता झाडून घे

आणि त्यावर आतून झोप्याची घडी झटकून येथे पसरव, म्हणजे त्यासणी आराम करायला. तोवर मी खळ्यात् बैलगाडी सोडून येतो.”

धाकट्याने मान डोलाविली.

मुलाला सांगितल्या प्रमाणे त्याने ओटा स्वच्छ झाडून त्यावर थोडे पानी शिंपुन फडक्याने पुसून घेतला. त्यावर जाड सतरंजी

अंथरूण पाव्हन्याना बसायला सांगितले. पाठीमागे लोड ठेवल्यामुळे मी त्याला टेकून बसतो ना बसतो शकुने पाण्याने भरलेला

पितळी तांब्या आणि बादली भरुन पाणी आणले. मीही हाथ पाय धुऊन त्या सतरंजी वर बसलो. मी ब्यागेतून रुमाल काढतो

ना काढतो काढतो तोच शकुने टॉवेल आणून दिला . हाथ पाय पुसून मी ज्या

तांब्यात पानी आणून दिले, ते थंडगार पाणी पिऊन माझा श्रांत जीव विसावला. धाकला आतल्या दिवाणखाण्यात जावून

झाडत् असलेल्याचा आवाज आला. एकूण मला सर्वकाही पूर्वी सारखेच काही क्षण जाणविले पण मन मात्र एकाकी पणाचा

अनुभव घेत होते. मी जेथे टेकलो होतो तो दर्शनी भाग शिसमच्या लाकडात बनविलेला . वरचा पुढे आलेला छज्याचा

लाकडी भाग वेगवेगळया नक्षीदार बनविलेला . बहुदा सर्व राजस्थानी कारागिरी. त्यावर वेगवेगळे पक्षी, फळे ह्यांनी थेट

तो भाग सजलेला . ठीक ठिकाणीहत्तीच्या नक्षीदार सोंन्डेच्या आधाराने उभा असलेला छज्जा. घर जरी बंद असले

तरी गावकरी रोजच त्या जोत्यावर बसतात ह्याची जाणीव झाली. फरक इतकाच कि दर्शनी दरवाजा बंद आणि वर्षे नि

वर्ष त्या लांकडाना तेल पानी न मिळाल्याने ऊन नि पावसाने शिसम असूनही सुकलेले तर काही ठिकाणी सुरुकुट्या आणि

चिरा पडलेल्या स्पष्ट दिसत होत्या. त्या वळेस वरचे वर तेलाच्या गिलावाने ते सर्व कसे चक चकित् उठून दिसत असे .आता

कितीही डबे तेल लावले तरी ते सहज जिरणार पण त्या चिरा भरुन निघणार नाहीत .

इतक्यात शकू एक भांडेभर चहा घेऊन आली. मी तसंही सावरतो ना सावरतो जवळील ओळखीचे तर

तर नात्यातले माणसे आपसूक जमा झाली आणि ओट्यावर येऊन बसली. मला एकदम हायसे वाटले. ज्या वेळेस शकू पातेलभर

चहा घेऊन येत होती त्यावेळेस मला प्रश्न पडला इतका चहा कुणासाठी ? आता समजले कि ही संधी प्रकाशची वेळ त्यात् बहुतेक

लोक शेतांतून येतात आणि येथे तर रोजच बसतात. शकुने परत जावून काही फुलपात्रे तर काही पेले आणले . मला पूर्वीचे दिवस

आठवले पण त्याच बरोबर अजूनही ही सर्व आपली परंपरा विसरले नाहीत ह्यांचे ही आश्चर्य वाटले . मी थोडा भाऊक होऊन,

एकाला, जो कुणी, अंदाजेच ओळखीचा वाटला, त्यास काही तरी बोलायचे म्हणून विचारपूस केली, “काय हो राव तुमचं

मुलगा आता काय करतो ? “

तो ना लई मोठा सरकारी हाफिसर झाला. तो काय ते म्हणे पीएचडी झाला पण लोक त्याला डाक्टर म्हणत्यात .”

“मग तो यथे कधी येतो.” मी म्हणालो . रावजी म्हणाले, “तो ? फक्त म्हणतो यतो यतो पण दोन तीन वर्षे झालीत त्याचा

काही पत्ता नाही . कधी कधी पैसे पाठवितो बस तेव्हडे . ..” एका त्यांच्याच मित्राने सर्वानला चहा दिला आणि मला म्हणाला,

"तुम्ही सर्व सुटीत येथे यायचे तेव्हा आम्हाला खूप आनंद व्हायचा . तुमच्या बरोबर खेळायचा . वाटायचे आपणही असेच

व्हायला पाहिजे पण काय करणार आमचे शिक्षण आडवे आले. तो बघा यांचा मुलगा शिकू सवरून हाफिसर बनला."

मी त्यास लागलीच म्हणालो,'' अरे, आता तर उलट लोक आपापल्या गावीच परत यायला निघालेत. त्यांना समजले आपण

आपल्या गावातली शेती करून आपल्या शिकण्याचा उपयोग केला तर आपल्या नोकरी पेक्षा जास्त पैसे मुळवू शकतो .शहरी

धकका बुक्कीच्या जीवनात आणि दूषित हवा पाण्यात रहाण्या पेक्षा येथली शुद्ध हवा केव्हाही चांगली." हे ऐकून त्याला बरे वाटले.

धाकल्याने आत जाऊन कोनाड्यात ठेवलेला काचेचा कंदील काढून कपड्याने आणि राखेने स्वछ् करून तयार ठेवला . त्यानेही धुळीने

माखलेले हाथ पाय धून, म्हणाला, "दाजी, मी ह्या कंदीलातले रॉकेल उडून गेले ते मी भरुन नवीन वात् करून आणतो.."

मी म्हणालो, "अरे मला येथे ट्यूब लाइट आणि बल्ब दिसतो आहे." "तो फक्त म्हणायला, "दोन दोन दिवस विजेचा पत्ता नसतो

पण संगणार कुणाला. सरकारी काम . एखादा त्यानचा टेकनिशिऑन आला तर, थोडे फार काम करतो नाही तर हे सामान नाही ते नाही

वगैरे कारण सांगून दुसऱ्या नाही तर तिसऱ्या दिवशी येतो जसे काही तो आमच्यावर मेहरबाणी करतो. त्याने काम करावे म्हणून

आम्ही त्याला चहा पानी सर्व काही करतो . नाईलाज आहे नाही तर पाण्याचे पंप चालणार कशे . तो बाळू तर अजूनही डीजल

इंजिनचा आधर घेतो नाही तर त्यांची बागेत कश्या होणार भाज्या तयार रोजचं माल बाजारात पाठवणार कि नुसती पाण्याची काळजी

करीत बसणार?"त्यांचे म्हणणे मला पटले. नुसती, योजना अंमलात आणून जर त्याचा सामान्याला वापर करता येत नसेल तर काय उपयोग.

एक एक करून शेतकरी आपापल्या शेतातली कामे आटोपून घरी परत येत होती . प्रत्येक जण काही ना काही काही पाहुण्यांशी बोलूनच

पुढे जात होते.. ही काही मुंबई नाही कि जेथे शेजारी, पाहून न पाहिल्या सारखे करतात . मला माझीच कीव आली. आम्ही शहरी लोक

अलिप्त असतो कि स्वावलंबी असल्याने अहंकारी बनलो. सकाळीस फक्त आपल्या बॉसला गुड मोरनिग शिवाय येते काय आपल्याला.

यथे तर उजाडल्या उजाडल्या कुणी माणूस समोर दिसल्या दिसल्या राम राम म्हणल्या शिवाय पुढे जाणार नाही. ही एकमेका विषयी

आदर व्यक्त करण्याची पद्धत . इतक्यात बैलगाडीच्या चाकाच्या खडखडण्याचा आवाज आला. बैल गाडी समोरच्या घरा समोरच थांबली.

त्यात् होते एक नवजात गाईचे कोकरू. त्यांच्या मागे मागे येत होती तिची आई, तेही दावनि शिवाय. मग मात्र त्या गाईला बाजुला

घेऊन आधीच बछदयासाठी गरम केलेले हांडाभर पाणी त्यांच्यावर ओतून स्वच्छ् केले आणि मगच त्या गाईला त्यांच्या जवळ जाऊ दिले.

एव्हाना गाईने त्याला चाटून चाटून प्रेमाने पुन्हा एकदा साफ केले.

धाकल्या पुन्हा आला, त्याने पाहिले चहा एव्हाना थंड झाला होता. आम्ही सर्व काहीना काही विषय काढुन त्यात् रमलो होतो . धाकल्या

चहाचे भांडे तसेच उचलतो ना उचलतो तोच एक जवळ जवळ शहरी पहेरावतला इसम, तेथे पोहोचला, म्हणाला “मी शहाजी, विसरला वाटते .

आहो मी तर तुमच्या वडिलांच्या आत्याचा मुलगा . म्हणजे आते भाउ ना.” मी हो हो मी आता ओळखले. धाकल्या म्हणाला, “त्या समोरच्या

त्या म्हणजे माझी फुई .’ मी गोंदळलेला पाहून म्हणालो, “आहो फुई म्हणजे खानदेशी भाषेत . त्या माझी आत्या.”

असे म्हणून त्याने चहाचे भांडे उचलून चहा पुन्हा गरम करण्यास नेला.

मी विचारले, ‘ तुम्ही पिण्याचे पाणी कोठू आणता?” गरम केलेला चहा पित पुन्हा विचारले, “पूर्वीच्या बारावांतून कि विहीरीवरून? “

“अहो आत्ता कुठे बारावात पानी राहिले . जे आहे ते बाया बापडे तेथेच धुणे भांडी करुन दूषित करतात . त्यामुळे पूर्वी किती तरी

जणांना नारू व्हायचा त्यामुळे आता दुसरी विहीर खोदली . तेथूनच आम्ही सारे पिण्याचे पानी भरतो. कधी कधी ते पानी आटले तर

तुमच्या मळातल्या विहिरीवर जातो.”

जसे गाई गुरं घराला येऊ लागली आणि गडी माणसे आपपली कामे आटोपून, बैलांना चारा

पाणी करून सर्व शेतीची अवजारे, नांगर शेतातल्या वाड्यात ठेऊन घरा कडे येत होती. धाकल्याने आत खणात जावून कंदील

पेटवून आणला आणि दिवाण खोलीत वरच्या आढ्याला टांगला. एक एक म्हणता म्हणता बरेच जण माझ्या अवती भवति येऊन बसले.

बोलायला काहीच विषय लागत नसे . काही तर नुसती बघ्याची भूमिका करीत होते. समोरचा धोडीबा त्यांचे काम संपताच तोही येऊन

बसला. ह्या त्यांच्या घाई गडबडीत देखील तो म्हणाला, ‘ दाजी थोड्या वेळेत जेवण करून घ्या.” तो आग्रह करायच्या आत शहाजी म्हणाला”’

“अस, कस. तो माझा भाउच आहे ना? मग तो माझ्या कडेच जेवणार आणि माडीवर झोपणार . उद्या सकाळी आम्ही सर्व खळ्यात जाणार .

कारण तेथे भुईमूगाची रास पडली आहे. तशी तेथे भीती नाही कारण जवळच बणजाराचा तांडा आहे आणि त्यांचे काही ना काही आपल्या शेतात

काम चालूच असतं.” “मग तर झाल, ते एकटे येथे काय करतील . तुम्ही जा तुमच्या खळयात्त, पाहूण येथेच जेवतील नि झोपतील बी .

आम्ही समोरच आहोत . घेऊ त्यांची काळजी.” मला ही सर्व संभाषण एकूण गहीवरून आले. तसे पाहिले तर समोरच्यानचे आमचे काहीच

नाते नव्हते, पण आपुलकेने पाहुणचार कसा करावा ह्यांचे ते द्योतक होते. शेवटी शहाजी म्हणाला, “बर बाबा ठीक आहे . पण उद्या पासून

आमच्या कडेच रहाणार . तेही घर हक्कांचेच आहे ना.” ईत्क्यात ज्ञानोबा तेथे आला. थोडा वेळ थांबला . गप्पा ही केल्या . ज्ञानोबा,

खरोखरीच नावा प्रमाणे हुशार, वकील झाला. तालुक्यात आणि जिल्ह्यात न्यायाने वागणारा म्हणून नावारूपाला आलेला. तो सरपंचाला

म्हणून भेटायला जात असताना मला पाहिले आणि थांबून माझी विचार पुस केली. एकूण घाईतच असल्याने माझा किती दिवसाचा

मुक्काम आहे ही समजताच म्हणाला. “दोन दिवसांनी माझ्या शेतात गुऱ्हाळ् लागणार आहे . भट्टी बनवायचे आणि चरख रोवण्याचे काम

चालू आहे . दोन दोन चरख लावणार म्हणजे काम लवकर आटोपेल. मी ही उसंत काढूनच येथे आलो आहे. आम्ही सर्व तेथेच, म्हणजे

शेतात ३--४ दिवस मुक्काम करणार आहोत. तेंव्हा तुम्ही जरूर तेथे या.''

शहाजी कडे बघून ज्ञानोबा म्हणाला, "हयाना घेऊन यायची तुझी जबाबदारी." त्यानेही हो म्हणले.

एतक्यात लाइट आल्याने नि गप्पा मध्ये उशीर झाल्याने सर्व तेथून गेले. माजघरातून शकू जेवण घेऊन आली .

पिठल आणि मिरचीचा ठेचा त्यावर तेल आणि बाजरीची भाकरी. कधी नव्हत माझ्या तोंडी लाळ आली.

जेवण झाल्यावर पुन्हा मी जोट्यावर येवून बसलो. नेमके त्याच वेळेस दराडे मामाचा मुलगा शिवाजी काहीतरी काम करून समोरच्या

रस्त्याच्या उजव्या बाजूलाच असलेल्या निमोनिच्या झाडा खालच्या त्यांच्या भक्कम दगडीबांध काम केलेल्या घरात प्रवेश करताना

मला दिसला. कधी नव्हत बरेच वरिष्ठ मंडळी जोत्यावर बसलेले त्याने पाहिली . शिवाजी जवळ आला आणि, "काय रे यायच्या

आधी का कळविले नाही . तुझे मामा नाहीत म्हणजे आम्ही कुणी नाही का ? केव्हा पासून आम्ही परके झालो ." हा शिवाजी म्हणजे

माझ्या आईचा सावत्र आते भाऊ. पण आम्हाला कधीच ते कळू दिले नाही . उलट त्यांचे वडील आमची आणि आमच्या मावस भावांची

नेहिमी खिल्ली उडवायचे. शिवाजी, म्हणजे माझ्या आईचे मामेभाऊ, आणि त्यांचे वडील मामा ., ज्यांनी पंजाबच्या नावाजलेल्या,

केसरी पहिलवानाला चाळीसगांवच्या आखाड्यात लोळविले . जिंकल्याचा आनंद म्हणून तेथल्या लोकांनी, त्यांची ४ घोड्यांच्या

रथात बसऊन त्यांची भव्य मिरवणूक काढून सन्मान केला होता.असो.

शिवाजीने दुसऱ्या दिवसाचे चहा आणि न्याहारीचे आमंत्रण दिलेआणि ते मी स्वीकारलेही . तो जरी माझ्या पेक्षा वयाने मोठा असला

तरी माझ्या मावस भावा बरोबर शिकत होता, त्यामुळे आमचेमैत्रीचे नाते. बोलता बोलता डॉक्टर,पुरंदरेचा विषय निघाला.

गावातले बहुतेक लोक त्यांच्या कडेच उपचार घेत, जरी त्यांचे हॉस्पिटल दूर चाळीसगावला होते तरी . त्याला कारणही तसेच होते.

ईतक्यात एकजण माझ्या कडे बघून म्हणाला, "आहो त्या डॉक्टरची ह्या गावातली शाळा संपल्यावर आणि हुशार

असल्याने त्यांचे सर्व शिक्षण तुमच्या आजोबांनी आणि दराडे मामांनी केला. तेही तालुक्यात् आणि नंतर पुण्याच्या medical college मध्ये .

दवाखाना पण त्यांनीच फर्निचर सहित बनवून दिला . बामण हुषारच निघाला . त्याचा अर्थ मला बरोबर समजला नाही," शिवाजी म्हणाला,

"आम्ही त्याच्यासाठी जे जे काही करता येईल ते केले कारण येथे फक्कत मिशीनरीचेच डॉक्टर येत असायचे तेंव्हा .

त्या काळी पुरंदरे डॉक्टरांनी, वाघाची दोन लहान पिल्लू पाळलीत . तसेही ह्या चाळीसगांवच्या जंगलातील

- अभयारण्यात तेव्हा खूप वाघ असायचेत . त्यांना कुणीतरी दिलीत. आणि त्यांनी ती पाळलीतही .

- माणसाळलेली असल्याने त्यांच्या हॉस्पिटलच्या आवारात बिंनधास्थ फिरायची आणि तेथल्या सर्वांचा त्यांचा श्रावही झाला होता.

- इतकेच नव्हे तर ती जोडी पेशंट जवळ देखील बसायची. डॉक्टर बरोबर ती जोडी कायम असायची, ज्यांची नावे राजा- राणी होते .

- नंतर तीही म्हातारी झालीत. डॉक्टरांना त्यांचे काही होईनाम्हणून त्यांनी, त्या जोडीला मुंबईच्या भायकळ्याला, राणी लक्ष्मीबाई उद्यानात

- त्यांच्या देखरेखी खाली पाठविले,"

हा विषय संपतो ना संपतो, एक म्हणाला आहो तुमच्या आईचे गुरु कोण होते माहीत आहे का? दुसरा म्हणाला, पाटसकर . ते शिक्षक

होते नंतर ते ना पुढे पंजाबचे गव्हर्नर झाले नि शेवटी पुना यूनिवेरसिटीचे चान्सलर झालेत्." अर्थात् ते पुण्यातच असल्याने माझ्या

लग्नालाही आले होते .

पण ह्या गावकऱ्यांना बरेच काही माहीत असते . आणखीन काही कुणी बोलायच्या आत शहाजी म्हणाला, "आता बास . रात्रीचे अकरा

वाजून गेलेत . आता पाहुण्यांना झोपू द्या . धाकल्याने लागलीच मला विचारून आतली खाट आणली त्यावर झोऱ्या आंथरून गादी

पसरवून त्यावर चादर पसरविली . आतील बाजूस घडवंचीवरचे मखमली पांघरून आणून ठेविले. ह्या सर्वान मध्ये शेतातलाच

घरचा कापूस वापरल्याने त्याचा वेगळाच सुगंध येत होता. त्याच तरंगात मला केव्हा झोप लागली ते संजलेच नाही.

सकाळी पक्षाच्या किलकिलाटीत जाग आली . अंगातला शीण ओसरला. मन मात्र कालच्या गप्पा पुन्हा एकदा आठवू लागलो.

. ह्या सर्वानला हे सर्वकसे काय आठवते . शहरी लोक तर जणू तात्पुरतेच जीवन जगतात कि काय ? आपल्याला शेजारी कोण

आहे तेही माहीत नसते, नव्हे त्यांची गरजच पडत नाही. आपले कामाचे ठिकाण भले आणि आपण . वेळ प्रसंग कधी कुणावर

येणार हे माहीतच नसते . जणू आपापल्या जगण्याच्या धुंदीत सदैव . शेजारून इतक्या घाईत जातात कि त्यांना सवडच नसते

तुमच्याशी ओळख असल्याची. . कदाचित तेही त्यांचे बरोबर असेल .

कारण काहीका असेना, एकूण फरक तर जाणविलाच,

दिवाळी आली कि कोण सर्वत्र गडबड . आमचे असणेही त्या वेळेस कुणाला

जाणवत नव्हते . दिवाळी सारखा सण आमच्यासाठी मोठा. पण गावातल्या लोकांना त्या सुगीच्या दिवसांत वर्षांचे धान्य काढून

आपापल्या कोठडीत सुरक्षित भरुनठेवायचे असते त्यामुले आमच्याकडे लक्ष द्यायला कुणाला वेळच नसे . उलट आमच्या कडे

काही काम सोपवायचाच विचार असे.

जसे एकदा काही मळया पैकी एका मळयात दहा एकरात जो गावापासून जवळ जवळ गावापासून ३-४ किलोमीटर दूर,

तेथून बाजूस रेल्वे लाइन तीही ह्या शेतापासून २-३ किलोमीटर दूर -- जेथे, आसपास निर्जन . कोठल्याही प्रकारची वर्दळ नसलेली

लांबच लांब शेती . ज्यात भुईमुगाचे भरघोस पीक आलेले होते. घुगऱ्या जातीच्या शेग्यांची डोंगरा सारखी रास समोरच, तेथल्या

खळ्यात् पडलेली होती . घरातली बाकी दुसरीकडे शेतात कामकाज बघत असल्याने मला रात्रीचे जेवण झाल्यावर तेथे

पाठविले जेणे करून माझे बाबा घरी येऊन, जेवून पुन्हा तेथे शेतावर राखण करावयास जावेत .

एकूण माझ्या आजोबाला घरी पाठवायचे. म्हणून माझ्या बरोबर एक गडी माणूस दिला जो कंदील घेऊन माझ्या संगे चाले.

. मी जरी १२--१३ वर्षांचा असलो तरी धीट असल्याने आणि फक्त कुणीतरी राखणदार

असावा म्हणून तेही गरजेचे होते. आंजोबा आणि गडी, कंदील घेवून गावातल्या घरी गेले. मी शेंगांच्या राशी भोवती फिरून तेथेच

ठेवलेल्या बाजेवर स्थित झालो . रात्रीचा तो अंधार, डोक्यावर आकाशाचे पांघरून पाहून मी त्या बाजेवर लवंडलो . खूप छान वाटले.

रात्रीचे नउ वाजले असावे .दिवाळीच्या वेळचे थंड वातावरण. आकाशात असंख्य लुकलुकते तारे . ती चांदण्यातली रात्र कधीही न

विसरण्या सारखी. कधी कधी दुरवरून कुत्र्याचा भुंकण्याचा आवाज . पण त्याला साथ देणारे दूसरा प्राणी नाही. मधूनच एखादा पक्षी वेगळाच

आवाज करुन निघून जात पण त्यालाही साथ देणारा दूसरा पक्षी नाही. एकटेपणाची मधेच आठवण होई पण हे निश्चल

वातावरण कोठे तरी मला काही तरी शिकवत होते जे मलाही समजत नव्हते. माझी एकाग्रता दुरून जाणाऱ्या आगगाडीच्या आवाजाने

आणि मधूनच इंजिनाच्या शिट्टीने भंग होई, तिही थोड्या वेळेने जवळ आलेल्या आगगाडीच्या चाकांच्या खडकडांनी .

आगगाडी दूरवर गेल्याने तो आवाज मंद मंद होत केंव्हा लुप्त झाला ते कळले नाही. रात्रीचे दहा वाजून बराच वेळ झाला

असावा तरी आजोबा गड्या सोबत आले नव्हते. बराच वेळ तसेच शांत बसून राहिलो . थोड्या वेळीने, दोन तीन माणसे रेल

लाइन कडून येतांना जाणविले. अधून मधून येणाऱ्या प्रकाशाच्या झोतात थोडेसे दिसत होते . पांढऱ्या कपड्यामुळे ते ३-४ लोक असावेत .

त्यांना कदाचित माहीत असावे सर्व.

थोड्याशा अंतरावर तेही दुसऱ्या दिशेने गेलेत . बहुधा ते ही त्यांचे शेतात राखण करायला जात असावे . इतक्यात दुरून संथ दिव्यांच्या

प्रकाशात माझे आजोबा असल्याचा अंदाज घेतला. कारण तो गांवांकडूनच येणारा रस्ता होता. खूप जवळ आल्यावर समजले ते माझे

आजोबांच होते. खूप हायसे वाटले. गड्याने कंदील बाजूला ठऊन, विचरले, "काय रे घाबरला नाही ना? कारण आम्हाला थोडा जास्तच

वेळ लागला. दोन्ही कंदील दुसऱ्या शेतात पाठविले होते आणि बाबांना अंधारात रस्त्यात काटे कुटे दिसावे म्हणून तुमचे मामा यायची वाट

पहात् होतो..” हे ऐकताच मला आनंद झाला . कारण दिवाळीत वाण्याचे दुकान रात्री उशिरा पर्यन्त उघडे असायचे आणि मला

फटाके घ्यायचे होते. मी तडक गडयाला काहीही उत्तर न देता त्यांच्या बरोबर निघालो . एकूण सुगीच्या दिवसांत कामाच्या

घमासमितात दिवाळ सण आमच्या सारख्यांना कठीणच. परंतु आम्ही गावी येण्या आधीच बाकीची कामे, जशी रंगोटी, आणि

फराळाची आधीच तयारी करून ठेवीलेली असत.

जरी रात्रीची झोप चांगली झाली होती तरी सकाळच्या थंड हवेत असेच जरा वेळ पडून रहायला बरे वाटले.

अचानक पोपटांचा शेकडोचा थवा मोठ्याने कलकलाट करीत वरुन गेल्यावर मात्र मी लागलीच उठून बसलो.

मी जोत्यावरच रात्री झोपल्यामुळे, उठताच मला, माणसे दुधाच्या कळश्या भरून आणताना दिसल्या.

तर कोठे दुबत्या गाई म्हशी जागेवर बसूनच बघत होतो. कारण त्यांचे जवळ, बछडे त्यांची भूक मिटवत होते.

बहुतेक गावातली माणसे आपपल्या शेतावर आणि खळया वर जाऊन, गुरांना कामाला जुंपावयच्या आधी त्यांचा चारा, पाणी करून,

स्वतः निमोनिच्या किंवा बाभळीच्या काडयाचे दातून करून, तेथेच विहिरीवर हाथ पाय धून येत . मीही तेच केले . एकांनतर एक जवळचे

मला चहाला घेऊन जायला येऊ लागले . पण त्याच वेळी शकुने आमच्या माजघरातून पाणी आणि आतले कप धुन त्यात् केटलीतला

चहा ओतलेला होता. . लक्षिमण जो शहाजीचा भाऊ येऊन बसला.

लागलीच शकुने त्याला आणि पुन्हा मला चहाचा दूसरा कप दिला. जितके शक्यहोईल तेथे जावून चहा घेऊन त्यांचा मान राखला, भले

नावापुरते काही घोंट प्यायला लागले. पुन्हा घरी येऊन मांजघरांच्याएका ओट्यावर कोमट पाण्याने स्नान करून बाहेर येताच मला आठवले

कि हया घरात माजघरात कोठे काय आहे ते तरी बघावे. कोपऱ्यांमद्धे दोन मोट्या आणि एक लहान तांब्यांच्या डेग . एका वेळेस

सहज पूर्ण गांव जेवण बनवू शकेल इतके मोठे. बाजूलाच ठेविलेल्या भांड्यांचे फडथळावर लावलेल्या वर नि खाली लावलेल्या रांगा.

आजी तर आमची सुगरणच . म्हणे

तिचे लग्न झाल्यावर तिला वेग वेगळे पदार्थ शिकविण्या करिता राजस्थानहून एक आचारी १५ दिवसा करिता बोलाविला।

एकूण आमचे नाते पूर्वपार पासून राजस्थानशी असावे. महिरपई कोनाड्यात लहान डब्यात अजूनही लवंगा, बडी शोप,

वेलदोडे सुकलेल्या अवस्थेत सापडले. . दुसऱ्या आणि तिसऱ्या खणात भिंतीच्या आत दोन मोठ मोठी धान्याची कोठारे

आणि खालच्या घरात आणखीन दोन मोठी कोठारे. त्या लहानशा खिडकीतू आत डोकावले तर फक्त अंधार आणि

त्यात् काठोकाठ भरलेल्या त्या त्या धान्याचा सुगध, त्यापलीकडे काही दिसत नसे.

एका मटक्यात विडयाचे बंडल दिसले. . बाबा तर विडया कधी ओढत नसत . बहुधा यजमानांसाठी

असावे. खुंटयांना तीन चार कंदील,तर काहींना घोड्यांच्या नि बैलांचे घुंगुरू असलेले टांगलेले पट्टे . दुसऱ्या खणात नवीन दोरखंड.

ह्या सर्ववस्तु तर शेतावरील खळ्यात देखील पाहिल्या त्तरी येथेही का, हा प्रश मला आज पर्यन्त सुटला नाही. असो . बाहेरील

दिवाणखाण्यात एका डेस्क, (दिवाना) कडे माझे लक्ष गेले. बाजूलाच महिरपी खिडकी . तेथे बसू बाबा हिशोब लिहीत . रोज सकाळी

पंचांग उघडून क्षेत्र, नक्षत्र, हवामान आणि पेरणी च्या वेळा बघत . त्यामुळे बाकीचे त्यांचा सल्ला घेत. वरचा मजला उतरविल्यामुळे,

आता तेथे जाण्याचा प्रश्नच नव्हता. पूर्वी वरील मजल्यावर भला मोठा लांबच्या लांब हॉल . त्याला २०-२२ महिरपी खिडक्या .

बालकनि लांबच्या लांब . सर्व छज्जा, फळा, फुलांनी आणि वेगवगळ्या प्राण्यांच्या आकारांनी लांकडावर कोरलेल्या .

.दिवाळीत ४०-५० पणत्या लावण्याचे आमची कामे.

दिवाळी संपताच तोच हॉल भुईमुगाच्या शेगांच्या पोत्यांनच्या एकावर एक रचलेल्या रांगा आणि कपाशीच्या ढीगाऱ्याने

भरलेला अर्धा आधिक हॉल . त्यावर रोज वर आल्या आल्या पळत जावून उद्या मारण्याचा क्रम तर नित्याचाच. आता मांडीही

नाही नि रासही नाही. आता सकाळचे जवळ जवळ अकरा वाजले. तेथल्या लोकांना ऊन चढले म्हणजे, त्यांची दुपारच. गड्यांच्या

न्याहाऱ्या उरकून घरातली मंडळी परत आलेली.

शहाजी आला नि म्हणाला “चला जाऊ या तुमच्या मळयाचा हाल हवाल बघायला.” मी ही हो म्हणालो आणि कच्या रस्त्याने

आणि नंतर पायवाटेने .निघालो. बहुतेक ठिकाणी शेतात कापणी झालेली. आणि मळून पाखडून सर्वत्र कडब्यांच्या आडया रचलेल्या.

आम्ही वरच्या वाडयावर गेलो . कधीतरी भरपूर वापरलेला, समोर शेणाने सारविलेल्या खळयात् मोढया कडब्यांच्या आढया,

बैलांचा गव्हानीतील कडबा .

आणि संध्याकाळी कामे उरकल्यावर, त्यांना पानी पाजून गवसणीस बांधलेले बैल. सर्व काही डोळया समोरून गेले.

उन्हे वर आली . आम्ही बाजूच्या जरा खोल असलेल्या घळी मधून पलीकडच्या मळयात गेलो . मामांनी बांधलेली भर भक्कम

विहीर भरपूर पाणी असलेली विहीर म्हणून ओळख. कुठेही पाणी नसले कि सर्व येथेच पाणी भरायला आणि गुराना घेऊन येत .

विहीरीच्या आसपास भरपूर बाभळीची झाडी आणि त्यात् बांगेतल्या फळ आणि भाज्यांना पाणी पुरविण्यासाठी चालविलेली

पाण्याची मोट आणि नंतर डीजल वरचे इजिन .

पुढे तर विजेवर चालणारे पंप. सर्व सुख सोई म्हणून आणखीन भरभराट. पण दुरूनच दिसले तेथली सर्व झाडी कापलेली .

विहीरचे काठावरचे दगड ढासळलेले. एकूण पडझड तर दिसत होती . आत डोकावून पाहिले तर पाणी अगदी तळाशी.

बाग उजाड . कुणीही वाली नसलेला . मी त्यांच्या कडे प्रश्नणार्थी नजरेने पाहिले. शहाजी म्हणाला, “बोरीच्या मळ्याचेही

असेस आहे . ती विहीर तर जवळ जवळ बुझत् चालली. त्या पलीकडचे बरड् जमीन,असून नसल्या सारखे. ज्याला ही जवाबदारी नेमली

ते कुटुंब स्थलांतरित झाले तेही कुणालाही न सांगता. शाहाजी म्हणाले, “तुम्हाला माहीत आहे का, दुसऱ्या महायुध्यात् ह्याच बरडामध्ये

भारतीय सैनिकांची थकून भागून, नुकतेच हारलेल्या युद्धांततून, एक बटालियन उतरली होती . एक हजाराहून जास्त जवान,

पण अतिशय कठीण परिस्थितीशी

सामना करीत होते. कितीतरी दिवास अर्धपोटी,मळलेला युनिफॉर्म आणि त्रासलेले चहरे . ते सर्व ह्याच आपल्या बरडामध्ये

पंधरा दिवस तंबू उभारून राहिले होते . हे चांगले होते कि त्यावेळेस आपल्या मळयाच्या बाजूने वहात जाणारी नदी मात्र

तुडुंब पाण्याने वहात होती. इंग्रजांनी त्यावेळेस युद्धाच्या निमित्याने, आपल्या देशातली संपत्ति आणि आपली अन्न धान्याची कोठारे

आधीच खाली करून त्यांच्या देशात नेली . ती तर त्यांची लढायची तयारी होती.. कारण भारतीय कोग्रेसचा पाठिंबा. आपण सर्वच भारतात उपाशी ।

परंतु तुमच्या बाबांनी सर्व गावकऱ्यांच्या मदतीने सर्व जवानांना भरपूर जेवण शेतात बनवून दिले. त्यांचे आचारी खूपच थकलेले असल्याने

आपल्या गावकऱ्यांनी पूढाकार घेतला. आपला देश पूर्ण धुतला गेलेला असल्याने त्या वेळेस रेशनची व्ययस्था करावी लागली. इतकेच काय

आपल्याला कपडाही रेशनवर घ्यायला लागला. झीज भरुन यायला कितीतरी वर्षे गेलीत आणि ती आपण अनुभविली."

शहाजी बोलत होता आणि मी निमूटपणे एकत होतो . मला हे सर्व बाबांनी सांगितले होते ज्या वेळेस मी एन. डी. ए. ला –

national defence academy ला सिलेक्ट झालेलो होतो. पण बाबांनी मला हे सांगून जॉइन होण्या पासून

परावृत्त केले. बाकी काय करणार.

असो एकूण आजच्या विपरीत परिस्थितीला बरीच कारणे

एक तर आजोबांना आणखीन एक भाऊ, त्यानंतर त्यांची मुले. पण तुमचे बाबा हुशार होते, महानुभाव पंथाचे. पूर्ण शाखाहारी. त्या गावी

एकही कोंबडी नाही. त्यामुळे सकाळी कोंबडा आरविण्याचे तेथे कधी आठवत नाही. म्हणतात ज्यावेळेस टाटा ने स्वतहा भारतात प्रथम

विमानाचे उड्डान केले,तेंव्हा तुमचे बाबा प्रथम त्यांचे प्रवासी ठरले.!!. पुण्याचे किर्लोस्कर त्यांचे पहिले शेतीला लागणारे लोखंडी

अवजारे,जसे नांगर ज्याला ओढायला चार ते सहा बैल लागत जे इतरांना न परवडणारे बाबांच्या कडे घेऊन येत . शिवाय नंतर चाक

फिरवून डीजेल वर चलणारे इंजिन आणि पाण्याचा पंप त्यांना विकत .. दिल्हीहून महानुभाव पंथाचे देवासारखे तेज असलेले ८ -१० गुरु

त्यांना भेटायला येत .

एके काली गावाच्या नदीच्या एका टोका पासून, नदीच्या उजवीकडून जी शेती सुरू होई ते थेट गांवांच्याही पलीकडे, म्हणजे दुसऱ्या

गावाच्या वेशी पर्यन्त .

पण आज कशी वेळ आली उजाड माळरानावर चालण्याची. मुलांची मुले, नातू पणतू आणि शेवटी शिकू सवरून शहराकडे धाव.

थकून भागून दुपारी घरी आलो तेंव्हा शकुने आम्हाला पानी आणून दिले. आणि जेवण शहाजी कडे असल्याने मला बाजूच्या माडीत

जावे लागले . तेथेच माडीवरच्या खाटेवर दुपारची वामकुक्षी आणि संध्याकाळचा चहा आटोपून परत आधीच्या आमच्या

 दिवाणखाण्यात येऊन बसलो तोच संमोरचा धोडीबा माझ्यासाठी तबकात ताजे लवंग, वेलदोडे आणि बरोबर सिगारेटचे पाकीट

घेऊन आला. मी सिगारेट ओढणारा नव्हतो पण त्यांचे मन राखण्यासाठी दोन चार झुरके ओढलेत आणि विचारले,

"कारे सर्व शेतात गेलेत तू एकटा काय करतो येथे, तर तो म्हणाला, "काम तर रोजचेच असते . तुमच्या

सारख्या पाहुण्यां बरोबर गप्पा पुन्हा पुन्हा कोठे होणार . बाकीचे आहेत ना शेतात. शिवाय कालच व्यालेल्या गाईच्या दुधाचा, आपल्या लोकांना

खरवस बनविण्यासाठी दूध पोहोचते करायचे होते. आज रातच्याला तुम्हाला खरवस ठेवला आहे. शहाजीच्या घरी पाठऊन देतो."

थोड्याच वेळात दोघे तिघे तोंड ओळख असलेले गावकरी, सहज येऊन बसलेत. काही मुले रोज दुपारी नि ह्यांवळेस जोत्यावर काहीना काही खेळ खेळत .

परंतु माझ्या येण्याने ते आता तेथेच आसपास रेंगाळत होते. तिन्ही सांज झाल्याची चाहुल लागली . हळू हळू गाई म्हशी घराकडे परतत होत्या. हवेत

धुरळा उडवत एखादी बैलगाडी खडखडत जात तर काही बणजाऱ्याचा घोळका एका गावाहून दुसऱ्या गावात बाजारहाट करून जातांना पाहिला. एकूण

संध्याकाळची सर्वानचीच आपापल्या घरी जाण्याची लगबग .हे सर्व मी जोत्यावर आंथरलेल्या झोऱ्यावर पाठीमागे असलेल्या तक्क्याला पाठ

टेकून गप्पा गोष्टी करता करता निवांतपणे अनुभवत होतो. एके काळी आम्हीही यातलेच कुणीतरी होतो . गर्दी ओसरली. दिवे लागण्याची वेळ झाली.

धोंडीबाने उत्तरेकडील गावाच्या वेशीकडे जाण्याचा आग्रह केला आणि मीही स्वीकारला. कारण जवळचे आता पर्यन्त कोणी शेतांतून आलेले नव्हते. इतक्यात

हनुमानांच्या मंदिराची घंटा वाजू लागली . तुरळक माणसे आणि दोन चार मुलांनी आरती केली असावी. गावकरी समोरच्या पारावर निवांत बसलेली

पाहिली. आम्ही जवळच्या नदीवर थोड्याशा वाहात असलेल्या पाण्यात हाथ पाय धुतले. एरवी पूर्वी आम्ही खळयाहून येतांच, विहीरीवरील आहाळात

ही विधी उरकुंनच घरी येत . कुणी तरी सुचविले कि आज रातच्याला जोत्यांवर भजन किंवा पोवाडा चा कार्यक्रम ठेऊ या . दूसरा म्हणाला अरे ते पोपटराव

तीनचार दिवसांसाठी गावा बाहेर गेलेत . ढोलकी आणि डफ कोण वाजविणार?

हळू हळू सर्वत्र शांतता पसरत चाललेली होती. ज्या कुणाला पैशांची लागलीच अडचण होती किंवा सावकरांकडून घेतलेले कर्ज

फेडायचे होते, त्यांनी पिकविलेल्या धान्याचा भाव बघून बैलगाडीत् जितके भरेल तेव्हढी पोती धान्य चढवून तालुक्याच्या ठिकाणी

विकून परतत होते.

मधेच कुणीतरी आरोळी देई, "काय भाव विकली गेली रे बाजरी ? आणि शेंगा कश्या मणाने चालल्या आज."

तोही रात्र झाली असल्याने आणि बैल पुन्हा खळयात सोडायचे असल्याने उडत उडत काही तरी बोलून पुढे गेला..

बहुतेक घरातली माणसे ह्यावेळेस थकून भागून आली असल्याने घरां समोरच खाटा टाकून लुहुडली होती, कारण बरेच शेतकरी त्यांची जेवणे

उरकून पुन्हा खळयात जाणार असणार. त्या शांत वातावरणात अधून मधुन पक्षाचे आवाज येत होते. इतकाय कोणी तरी नव शिकावू

बासुरी बाजवत होता. बासरीच्या मंजुळ आवाजात लहान मुले, बाया बांपडी लगेच झोपी जात . कारण

दुसऱ्या दिवशी भल्या पहाटे उठून त्यांना बरीच कामे असत . बासरीच्या मंजुळ आवाजात मला एकदम आठविले, माझ्या वडिलांचा आते भाऊ .

तो ही पुण्याच्या इंजीनीरिंग कॉलेजात शिकत असताना तेथे त्याला बासरी वाजविण्यासाठी अनेक वेळा पदके मिळाली होती. ते जेंव्हा सुट्टी लागल्यावर

येथे येत, तेंव्हा जवळ जवळ रोजच रात्रीचे जेवणा नंतर त्यांच्या माडीच्या खालच्या ओट्यावर दोन्ही पाय पसरून बासरी वाजवी. नितान्त

आल्हादायक वातावरण तयार होत असे. त्यातच आम्हीही असेच झोपी जात . बऱ्याच वेळेस पहाटे दूरच्या आगगाडीच्या शिट्टीच्या आवाजाने

मी जागा होई . शांततेमुळे,शिट्टीचा आवाज थांबल्यांवर, चाकाचा रुळांवरचा लईतला खड खड आवाजही एकू येई . तेथेच आमच्या

खालच्या, मांज घरातल्या रांजणातील विरजनाचाघुसळण्याचा आवाज तो ही लयबद्ध, सतत एकावासा वाटे. न राहविले म्हणून

मी माजघरात जात असे. एका खांबा शेजारी भले मोठे उभे रांजण, साधारण दोन - अडीच फुट उंच. त्यात् मुसळी पेक्षा बारीक चार फुट लांबीची

लाकडी रवी. त्याला फिरविण्या साठी दोरखंड, त्या भोवती लपेटलेला. दोरखंडाच्या दोन्ही टोकाला, दोन खिटया, मला वाटते त्याला गिरगीट

म्हणत असावे. आजीने त्यात् विरजण सोडलेले आणि त्याप्रमाणात् पाणी टाकलेले. आजी त्या दोन्ही खिटया दोन्ही हातात

घट्ट पकडून दोरखंड मागे पुढे ओढून रवी फिरवून ते ताक वजा विरजण घुसळून घुसळून त्या वरचा आलेला तवंग म्हणजे लोणी,

ते हाताने हलकेच न ढवळता बाहेर काढी. मला ते पाहून खूप मजा वाटली. मीही म्हणालो मी करतो बाकीचे काम .

आजी म्हणाली, "अरे दिसते तसे सोपे नसते त्या साठी रवीला सारखे फिरवावे लागते. जितके चांगले घुसळले जाइल,

तितके लवकर लोणी तयार होईत . म्हणून मी रवी माझ्या हातात घेतली आणि फिरवू लागलो. पण रवी सारखी रांजणाच्या बुडाला टेकायची

आणि खिट्टी सुटायची. खूप प्रयत्न केला पण रवी काही माझ्या हातून रांजणात् तरंगेना,.

आज असे काही बघायला मिळणार नाही. पण तरी काही वेळेस मला हाताने जात्यावर दळण दळण्याचा आवाज ऐकु आला .

बहुधा गाई म्हशी किंवा बैला साठी करीत असलेली भरड. अजूनही जात्यावरचे गाणे एकायले मिळते तेवहडेच. पण तेही कष्टाचेच काम ना.

अचानक,चंद्रकांत सानप एका व्हन मधून उतरताना दिसला. कालच रात्री त्याची बासरी वरून आठवण झाली होती आणि आज तो हजर .

माझ्या जवळ येताच तसे मी त्याला तसे बोलूनही दाखविले. मला म्हणाला, “अरे रमेश मी लागलीच येतो स्नान करून तु तुझे आवर . म्हणल्या प्रमाणे आलाही

आणि मला घेऊन त्यांच्या माडीत घेऊन गेला. मला विचारले तू तर चीफ इंजिनिएर होता ना स्टॅनडर्ड ब्याटरी मध्ये .”” मी तांबडतो म्हणालो कि, “मी

तो जॉब सोडला . आता मी महाराष्ट्र पाऑलिबयूटीन मध्ये आहे . प्रोजेक्ट मॅनेजर म्हणून..” “तो तर अरजेनटीनियांचा अमेरीकन कंपनीचा

प्रोजेक्ट . भारतात, तोही कॉर्पोरेट सेक्टर मधेच आहे. हवेचे प्रदूषण कमी करण्यासाठी आपले येथे आपल्याला – PolyIso Butine बनविण्यासाठीचा प्रयोग .

त्या परदेशी लोकांची टीम पण येणार होती प्रोजेकटचे काम पूर्ण झाल्यावर. ते आपल्याला फायनल ऑपरेशन करून दाखवणार होते.”

मी म्हणालो, ‘’ त्यांना त्यांच्या प्रोजेक्टचे ऑपरेशन करता आले नाही शिवाय जे बॉम्बे डाईंगचे इंजिनियर तेथे काम करीत होते, ते सर्व फेल झालेत .

एच पि सील ऑइल कंपनीच्या आमच्या कडिल डाईरेक्टरला कंपनी सोडून जावे लागले. मुंबईचे त्यावेळचे कमिशनर चौगुले जे आमचे चेअर पर्सन होते

त्यांनाही जावे लागले. सात वर्षे होते पण त्यांच्यामुळे कंपनी बंद पडली . सर्वांना कंपनीमधून काढून टाकले. तेही P.F. देवून . आठ महीने कंपनी बंद होती

फक्त मी आणि सेक्युरिटी आणि पर्सनल म्यानेजर Employee म्हणून राहिलो.

त्या आठ महिन्यात सर्वत्र बेहिशोबी सामान पडलेले . त्यातच पावसाळ्यात तर पांच ते सहा फुट उंचीचे गवत सर्वत्र वाढलेले ."

चंद्रकांत मधेच म्हणाला,"" अरे पण नंतर मिसेस भन्साळ MADAM झाल्यात तुमच्या कंपनीच्या चेअर पर्सन ?"

मी लागलीच विचारले, "तुला कसे हे माहीत ." तो म्हणाला, "अरे, त्या I.A.S. ऑफिसर आहेत . सर्व पेट्रो केमिकलच्या आणि रीफानरीच्या चीफ आहेत .

फार सीनियर . ज्या वेळेस ठाणे जिलहयाच्या मागासलेल्या भागांचा विकास करायचा होता,तेंव्हा त्यांनी Sr. Executive Engineer म्हणून मला बरोबर घेतले.

कारण त्या आधी कित्येक वर्षे त्या भागातले राजकीय नेते आणि बरीच मंडळी त्या भागासाठी भरपूर पैसे फंड म्हणून घ्यायचे, पण प्रत्यक्षात काहीच

काम झालेले नसायचे. पैसे मात्र गायब. आम्ही दोघांनी मिळून त्रमबकेश्वर पासून पालघर पर्यन्त आणि आजुबजूचा परिसर डेव्हलोप केला.

सीमेंट कॉनक्रीटचे रस्ते,आदिवासिना पक्की घरे, शाळा, बसची व्यवस्था आणि त्यांच्या साठी हककाचे छप्पर असलेले थांबे. हे सर्व काम झाल्या नंतर

त्यांना, म्हणजे मिसेस भन्साळ यांना, तुमच्या कंपनीत चेअरमन म्हणून अपॉइनमेंट केले. . त्या मला एकदा ठाण्याला एका फार्मासीट मध्ये भेटल्या होत्या

त्यावेळेस त्यांनी मला सांगितले." त्यावर मी म्हणालो,

"हा योगायोग कसा तुझा आणि माझा boss एकच."

आणि त्यांनी मला आमची कंपनी जवळ जवळ कायम सपरूपी बंद असल्याने

एक दिवस Managing Director सोबत, एका हॉटेल मध्ये मिटींगसाठी बोलाविले. .

त्यांचा उद्देश असा होता कि ही कंपनी पुन्हा Operation मध्ये आणू शकतो का ? ते पडताळून पहाण्यासाठी. त्यांना कंपनी रेव्हू आणि रिव्हावल होऊ

शकते असे ध्यानात आले. सर्व डिस्कशन झाल्यावर त्यांनी एम. डी ला . सांगितले नव्हे सुचविले. "अगर ये कारखाना फिरसे ऑपरे शनमे लाना होगा

तो सब ऑथॉरिटी रमेश सांगलेजीके पास देनि पडेगी. . एसका कारण जो हमे पता है, I mean, What I understand. when Argentinian engineer

miserably fail, सांगळे took over The project and succeeded also. Today onwords, he will take the overall charge of the unit."

मी त्याला हे सांगताच म्हणाला कि त्यांनी देखील मला तेच सांगितले. पण मला माहीत नव्हते कि तो सांगळे तूच आहेस म्हणून.,वा ग्रेट !"

बाकी तर तुला माहीतच आहे . काम यशस्वी झाल्या नंतर बाजपई सरकारने ही polybutene सर्व refinery ला दोन परसेंट वापराव्याला आदेश देऊन,

Indian पार्लेमेंटमध्ये legislation pass करून सर्वांना ते वापरण्यास कंपलशन केले. ईतके बोलून तो त्यांच्या कामाला निघून गेला. मीही घराच्या धाब्यावर

गेलो . सकाळच्या प्रहरी तेथून सपूर्ण गांव एका नजरेत दिसत होते. गावात आणि गावाच्या बाहेरील परिसर हिरव्यागार झाडांनी जणू सजला

होता. विहिरीवर लोकांची थोडी फार अजूनही वर्दळ चालूच होती. धाब्यांवरच्या झरोखयातून नि धूरांडयातून धूरांचे लोट येत होते. उद्या सकाळीसच

शेतावरल्या गुराहळावर जायचे आहे .

तो तर आपला वाढीव दिवस तर आज आपण एकदा आपल्या शेतात फेर फटका मारून येऊ म्हणून मी निघालो. रस्त्यात कुणी ना कुणी दुरून दिसतच होते .

बहुतेक लोक सकाळचीन्याहारी घेऊन जात होते. मलाही आठविले कि आपण कसे ४-५ गड्यांची न्याहारी शेतावर नेत असू. ते भाकरीचे टोपले, दुसऱ्या हातात

ताकाने भरलेल मटके. ते सर्व नेण्यासाठी प्रत्येकाचा नंबर असायचा. विहिरी जवळील बाभळीच्या झाडाखाली आम्ही ते एका बाजेवर ठेवीत असत् . .

गाडी माणसे बैलांना नांगरा पासून सोडूवून त्यांना घेऊन पाण्याने भरलेल्या आहाळावर पाणी पाजून त्यांच्या पुढयात कडबा ठेवीत . आम्ही खेळत असताना

, ते आम्हाला बोलावून,

केळीच्या पानाचे द्रोण करून, एखादी चरणारी गाय पकडून त्यांचे दूध काढून त्यात् पिकलेल्या केळी कुस्करून भाकरी बरोबर देत असत . ती तर

आमच्या साठी वेगळीच गंमत्त वाटे. खेळता खेळता बाभळीच्या झाडांचा ओला डिंक खाण्याची मजाही वेगळीच. आम्ही कुणालाही

न विचारता शेताच्या शेवटी नदीच्या काठी जात असू . खूप जून चिंचेचे झाड, त्यात् ते आतून भले मोठे पोकळ पण तेव्हाही भरपूर चिंचा

लागलेल्या.त्या पोकळ भागात ज्याला आपण ढोल म्हणतो त्यात् आतल्या भागात अजगर असल्याने आम्हाला तेथे कुणी जावू देत नव्हते,

ना कुणी तेथे फिरकत होते.. घाबरत का होईना आम्ही तेथे जात असू . परिसर अगदी सुन्न पण नदीत भरपूर पाणी . आसपास कीडयाचा किर्र किऱ्य

आवाज जसा रात्री असतो तसा कायम . तेथेच,पुढे,

एक वडारी, धड धाकट, काळाकुट्ट, फक्त लंगोटीवर नदीच्या

उभ्या किनाऱ्यावरुन खाली उतरला असावा. त्या चिखलाच्या बिळामधुन खेकडे बाहेर काढत होता. वातावरण खूप भयानक होते. पण ज्या वेळेस

तांगाचे लांबचे लांब झाडे त्या नदीच्या पाण्यात पसरवून गडी माणसे कसे पानी आडवतात ते बघत असू. एकदा कि तागांची साल

ढिली झाली कि बाहेर काढून, सोलत असत आणि त्या तांगाचे कसे सुकल्या नंतर त्यांचे दोरखंडे बनवतात तेही पाहिले.

.पण आता तसे काही दिसले नाही. नदीला पाणीच नाही तेंव्हा हे कामही नाही. मी परत फिरलो, विहिरी जवळ आलो . मी जे एक निमोनीचे लहानसे रोपटे

लावले होते ते मात्र आता उंच झाले पण त्यांच्या सावलीत जेवण करून विश्रांती घेणारेच नाहीत. मळयाच्या उजव्या टोकाला दोन शेतांच्या बांधावर

शिणदोळयांनी भरगच्च भरलेली दोन तीन झाडे . तेथेही असेच. त्यांच्या बुंधहयाशी, भरपूर पालापाचोळा आणि त्यात् नेहेमी अजगर असायचे . तरी देखिल

आम्ही धीर करून बाजूने जितके शीणदोळे वेचता येतील तितके वेचीत . वरती केशरी रंगाचे घोस पाहून काठीने पाडण्याचा मोह आवरत् नसे .

बराच वेळ निघून गेला म्हणून पाठी फिरलो आणि जेथे एकेकाळी शेणाने सारविलेले निटनीटके खळे होते तेथे जरावेळ उभा राहीलो. पाठीमागे वाड्याच्या

विटा नखळलेल्या, ओट्यावर श्वानाचे साम्राज्य, मला पहातांच,भुंकू लागले . पूर्वी असे पाळीव आम्ही दिसता क्षणीच जवळ यायचे..

ज्या खळयात संध्याकाळी बैलांची कामे आटोपल्यावर त्यांना गव्हाची भरड, त्यात् गूळ घालून देत. तर कधी खुरसणी म्हणजे शेंगदाण्याचे तेल

काढल्यावर जो चोथा रहातो तो तर गाई म्हशीना आणि कंपाशीच्या बियांचे, त्यात् काही पदार्थ घालून तेलात मिसळून देत असत.

ज्या बरडामध्ये एके काळी, भुईमूग, ज्वारी, आणि उतारावर जेथे पावसाळ्याचे पाणी साचे त्यात्, भात पिके. तेथे आता no man land

म्हणून त्याचा वापर कुणीही करीत नाहीत.

परिणाम गावातले तसेच बाहीरील लोकही त्यांच्या बैलगाड्या तेथून नेत . त्यामुळे जमीन रेताड झालेली पाहिली. एकदा म्हणे बाहेरील

काही लोकांनी तेथेच तळ ठोकला. ज्यावेळेस गावातल्या लोकांना त्यांचा त्रास होऊ लागला. पिण्याच्या पाण्यात विहीरीचे पाणी खोल गेल्याने

खाली उतरून कपडे धुऊ लागल्याने सरपंचाने त्यांना तेथून हाकलले . पुन्हा एकवार चहूकडे नजर फिरऊन, पाहिलेले आणि एकलेले

अनुभऊन विषण्ण मनाने परत फिरलो. रस्त्याने गाई म्हशींच्या धुरळ्याने जरा थांबत थांबत चालत असताना चांभारवाडा लागला.

मला ह्या भागाचे फार आकर्षण. त्यांचे कारण त्यांचेकडे असलेले, भले मोठे शिंग असलेले तगडे बैल . त्या पाठीमागे परसातील कडब्याने

भरलेली गव्हाणे . सारा परिसर अति स्वछ्, सारविलेले. शाळेची सुट्टी संपायच्या आधी आजोबा आमच्या साठी येथेच बूट किंवा स्यानडल

बनवायला देत . मी तेथे त्या प्रसन्न वातावरणात तासन तास त्यांची कारागिरी बघत वेळ घालवायचा .

घरी पोहोचलो तर चंद्रकांत् आणि त्याचा भाऊ शहाजी माझीच वाट पहात् होते. उद्या दुपार नंतर रामजीच्या शेतात जायचे होते . त्या आधी

चंद्रकांत, शहाजी आणि सर्वात मोठा भाऊही मला उदहयाचे दुपारचे पुरणाच्या पोळीचे जेवणाचे आमंत्रण देण्यास आले होते..

उद्याचा माझ्या रजेचा वाढता दिवस होता तरी पण आनंदाने ते मी स्वीकारले. .

दुसऱ्या दिवशी सकाळी आम्ही जोत्यावर सावलीत बसलो असताना, एका एकी काही मुले, बायका मंदिराच्या दिशेने पळत सुटले.

आम्हीही त्यादिशेकडे पाहिले. त्याना पाहून रस्त्याच्या दोन्ही कडचेही घरातली बायका मुले बाहेर आलीत .शेतावर जाणारेही माणसे

तेथेच जाताना पाहून आम्हीही उठलो आणि त्या दिशेने काय झाले असेल ह्याचा विचार करीत तेथे त्या घोळक्या जवळ गेलो पण

काय ते समजेना. ज्या घरां समोर गराडा घालुन लोक उभे होते तो दरवाजा आतून बंद होता. आम्हाला वाटले कदाचित आत घरघुती

भांडण चालले असेल . किंवा कुणी तरी कुणाला मारत असावे. गावातले लोक तशी आपासतली भांडणे मिटवितातच. असे म्हणून आपण

तिराहित यात नको पडायला म्हणून मागे फिरलोहि. पण मी शंका काढली. कि मग त्यासाठी इतके गावाच्या विरुद्ध टोकाचे लोक

यथे का जमतील ? तेही इतक्या संखेने ! त्यांच्याच नात्यातला एक म्हणाला, “आहो कुणी मांत्रिक सकाळी सकाळी आलेला . गावात

येताना तो ह्या घराचा ठाव ठिकाण विचारत होता. नेमके त्याच वेळेस त्यांच्या मागून दुसऱ्या गांवांकडून येणारे सरकारी माणसे,आणि

,त्यांच्या च बाजूच्या घरात काही पंचायतीचे लोक शेत खतांचे

वाटप करीत होते . तेव्हा त्या मांत्रिकाला ह्या लोकांनी पाहिल आणि विचारल, हा माणूस येथे कशाला आलेला आहे . तेव्हा शजाऱ्यांनी,

सांगितले कि तो मांत्रिक, वेशी जवळ रहाणाऱ्या महादेयाचा पत्ता विचारत होता. असे म्हणून आम्ही सर्व खतांचे हिशोब करीत होतो

कारण आम्ही सर्वांनी मिळून ते मागाविलेले होते . काम संपल्यावर वाटप करणारा जाताना त्या लोकांना म्हणाला, तो जो मांत्रिक म्हणत

होते तो एक ढोंगी साधू आहे . त्याने पैशा साठी खूप लोकांना फसविलेले आहे. त्याचा मागावर पोलिस आहेत पण तो त्याचा धंदा

सोडत नाही. “हे ऐेकताच

शेजारी म्हणाला, “अरे चला रे चला, महादयाची पोर आजारी आहे . मला माहीत आहे. उपचारासाठी त्यांच्या कडे पैसे नाहीत,

असे तो म्हणत होता. म्हणून त्याने ह्या मांत्रिकाला बोलाविले असावे . पोर खूप दिसा पासून आंथरूणाला खिळून आहे.

. मी म्हणालो आपण पैशांची तसविस करू.

पण त्याआधीच ह्याने ह्याला बोलाविले.” आणि सर्व पळत सुटले. तेथे पोहोचताच ही बातमी सर्व गावकऱ्यांना पोहोचली होती .

मी लागलीच त्यांना दरवाजा तोडायला सांगितला . कारण बराच वेळेपासून काही साद मिळत नव्हती. आतल्या फटीतून कसलातरी

वास धुरा बरोबर येत होता.

मधेच किंचाळण्याचा आवाज आणि त्यातलेच कुणी तरी नका मारू पोरीला, दया करा . हे अघोरी आहे. तिचा जीव वाचवा,

हो, वाचवा कुणीततरी .

एव्हडयात दरवाज्याची कुंडी काढून दरवाजा उघडला गेला

. बहुदा तिची आईच असावी . आत जाणे कठीण होते . सर्व घर धूरांनी भरलेल. सर्वत्र

पाला पांचोळा, काठ्या, लिंबाचा ठीग आणि लाल मिरच्या इतस्थता पसरलेल्या, धुनी पेटलेली . हळद, कुंकू नि बुक्का .

हे पाहून कुणाच्याही अगावर शहारे यावेत .

कुणीतरी आधीच पोलिसांना फोन केलेला होता . कदाचित खतावाल्यांनी. ते तेथे पोहोचण्या आधीच आम्ही त्याला जाब विचारत

असतानाच, तो काही तरी बरळत होता, म्हणजे तो हे सर्व महाड्याच्या सांगण्या वरून करीत होता . हे सर्व सांगत असताना

तो तेथले अर्धवट झालेल्या कामाचे पैसे आणि सामान गोळा करीत असतानाच पोलिस आले खरे, पण त्याचा अंदाज घेऊन तो

पर्यंत त्याने मागच्या दाराने पळ काढला.

तितक्यात सरपंच तेथे आल्यावर म्हणाले, "हा तांत्रिक पांच वर्षांपूर्वीही आलेला होता. त्यावेळेस एका आजारी मुलांचा जीव

गेलेला असतांना हा परत येथे कसा.

महादू, तुला मांत्रिकाला द्यायला पैसे होते आणि तालुक्याच्या ठिकाणी जाण्यासाठी पईसे नव्हते का?" वेळ न घालवता,

त्याच वेळेस सर्वांनी मिळून त्या मुलीला तालुक्याला नेले. .

आम्ही परत घरी येत असताना, म्हणालो, "चला आतातरी गावकऱ्यांना समजले कि अंधश्रद्धहा काय असते ते ."

दुपारचा पाहुणचार घेऊन, दुपारनंतर ठरल्या प्रमाणे शहाजी, चंद्रकांत आणि मी असे ज्ञानोबाच्या मळयात गुराळ लागलेला असल्याने

आम्ही तेथे पोहचलो .भट्टी पेटविलेली, पलीकडे दोन चरखे आणि त्यांना बैल जोडून घाण्याच्या भोवती गोलाकार फिरत होते.

उसाचे कापलेले भारेच्या भारे येऊन पडत होते. कामाचे नियोजन शिस्तबद्ध केलेले . ऊस चरखयातून पिळून खाली बादल्यान मध्ये

ओघळत होता. जसा भट्टीने चांगला पेट घेतला तसे त्या बादल्या भट्टीवर तापायला ठेवलेल्या भल्या मोठ्या पसरट कढईत

ओतल्या जात होता. भट्टीने ताव घेतला. ही कामे चालू असताना आम्हाला पाहून ज्ञानोबा आमच्या जवळ आला . आम्हाला तेथल्या,

त्यांचा जवळच्यांनी एका खाटेवर घोंगडी पसरून बसविले होते. बाकी काही प्रतीष्टीत बसलेले होतेच. आम्हाला चहा पाणी झाला आणि

एकत्र बसून गप्पा गोष्टी करण्यात सूर्य मावळतीला जाण्या आधी, कढईतला फस फसराणारा फेस काढून टाकत होते. त्यानंतर च्या

आलेल्या तवंगायचे निरीक्षण करून तो मोठ्या भांड्यात ओतला . त्यालाच काकवी म्हणतात . सर्वांना पेले भरुन दिले. गावातली मुलांनी

एकच गलका केला . सर्वांच्या हातात भांडे होते आणि त्या सर्वांना भरभरुन देत होते. त्यानंतर थोडा पांढरट फेसा सारखा रस काढून

उभट साच्यात भरायला सुरवात केली . त्यानंतर गुलाबी नि लालसर ढेपा साच्यातून निघू लागल्या .

सूर्य मावळला आणि दुसरी कडे लाकडाच्या शेगड्यांवर भाजी आणि हुसळ् तर दुसरी कडे बाजरीच्या भाकरीचा भाजण्याचा खमंग

स्वाद येत होता. भूक नसलेल्याला ही भूक लागावी असे, पक्वव्न्याला फिके पाडावे. सर्वत्र कंदील आणि पेट्रो मॅक्स च्या प्रकाशात

सर्व परिसर लखलखून गेला होता. पण मला अंधुक प्रकाशात असे जेवण जेवायला आवडले असते. आता थोडी विश्रांत घ्यावी म्हणून

खाटेवर बसलो . कारागिराने भट्टीचा आस कमी केला. उसाचे चरखे थांबले. बैलांना मोकळे करून त्यांना पाण्यावर नेले आणि ओला

चारा त्यांच्या पुढे ठेऊनपाण्याने चरखे साफ करायला घेतले. भट्टी थंड झाल्यावर कढई साफ करून तुसऱ्या घाण्यासाठी तयार ठेवली.

गुरहाळ तर रात्रभर चालणार होते.

खूप उशीर होऊ नये म्हणून चंद्रकांतने निघण्याचा आग्रह केला. मला तेथून निघवेना परंतु उद्या संध्याकाळच्या ट्रेनने परत जायचे होते.

तो दिवस माझ्यासाठी कठीणच जाणार होता. गावात पोहोचलो ते रात्रीच्या अंधारात . घरां घरातून काही ठिकाणी कंदील तर काही ठिकाणी

वीजेवरचे दिवे दिसले. रस्त्यांवर वळणावर विजेचा दिवा उघड झाप करीत होता पण तो तेथे होता. ओट्यावर शकुने आधीच गादी पसरून

ठेविली होती. आम्ही सर्व बाजूच्या झोऱ्यावर जरा वेळ बसलो तेंव्हा नको तो प्रश्न शहाजिने केला. “दाजी आता पुनः कधी येणे करणार .”

मी थोडा विचारात पडलो . आज जे मी येथे आलो तेही अचानक पण मी त्यांना विश्वास दिला कि लवकरच येईल म्हणून.

मी गादीवर, लवंडलो . वरती चंद्राचे शुभ्र चांदणे. नीरव शांतता . समोरच्या वळणावर दराडे मामाचा भक्कम दगडी वाडा.

तेथेच भले डेरेदार, उंच निमोनिचे झाड . त्यांची पाने चंद्राच्या प्रकाशत लक्ख उजळून गेली होती तर कधी चमकत, हवेच्या

झोकयावर सळसळतानाचा तो मधुर आवाज नव्हे संगीत तासन तास ऐकत रहावेसे वाटत् असे. पण त्यातच झोपेच्या आहारी

कधी जाई ते समजत नसे.

सकाळी भल्या पहाटेच मी उठून बसलो . पहातो तर काय माझ्या बाजूला चंद्रकांतचा

भाऊ लक्ष्मण माझ्या शेजरची झोऱ्यावर झोपलेला पाहिला. गाईच्या हंबरड्याने तोही उठला. मी हलक्या आवाजत विचरले, “कारे

बाबा ह्या झोऱ्यावर झोपला ? आतून दुसरी गादी आणायची होती. येथे झोपायचे कारण काय ?”

“त्याच काय “थोड थांबून म्हणाला.” आजच्याला, सकळी आपल्याला आमच्या शेतावर जायचे. फक्त एक दोन वेळेस

तुम्ही तेथे आले होते.

ते पण काहीतरी काम होते म्हणून.” “अरे . अरे . पण मला.आज तर दुपार नंतर घरच्या साठी निघायचे आहे ना ?”मी म्हणालो

“मग काय झाले. नाही तरी, तुम्हाला आज पण कुणीतरी चहाला बोलावणार ना ? म्हणून मी विचारतो .”

सर्व आवरून आम्ही दोघे त्यांच्या शेतावर त्यांच्या मोटर सायकल वर घुरळा उडवीत निघालो . मीच विषय काढला,”

पूर्वी मी लहान असताना,एकदा आपले कृषि मंत्री वसंतराव नाईक ह्या गावातून पुढे तुमच्या शेताच्यावर गेलेत .

कारण तुमच्या बाजूला काही महिन्या पासून बनजाराचा तांडा लागला होता . खऱ् म्हणजे त्यांना तांड्याला भेट देऊन त्या पुढच्या

गावाला भेट ध्यायची होती – घोडेगावला – पण त्यांना ह्या तांड्यातल्या माणसांचीही भेट घेऊन त्यांच्या अडचणी समजावून

घ्यायच्या होत्या. साहेबांना ह्या आपल्या गावामधून, म्हणजे पुर्वे कडून, पश्चिमेकडे आपल्या वेशी पर्यंतच्या रस्त्याने

डाव्या बाजूला फिरून पुढे भेट द्यायची असल्याने, आणि आपला हा रस्ता खाली वर दगडाने त्यातच, प्रत्येक घराच्या समोर

सांड पाण्यासाठी ओढलेल्या चऱ्या . ही दृश्य फारसे चांगले नसल्याने, सर्व गावकरी मिळून पूर्वे कडून गावाच्या वेशी पर्यन्तचा

रस्ता बैलगाडया भर भरुन मुरूम आणून भरला आणि सपाठ ही केला. एटकेच नव्हे तर त्यावर जवळच्या नदीवरून पिंप भरुन

पाणी आणून सर्वत्र शिंपडले. जेणे करून कधीतरी येणाऱ्या मंत्र्यांना धुळीचा आणि खडबडीत रस्त्यांचा त्रास होऊ नये.

विशेष म्हणजे गावाच्या एका दिशे कडून दूसऱ्या दिशेकडे आपल्या गावातून जाताना आणि त्या तांड्या पर्यन्त मी त्यांच्या बरोबर

बाजूने चालत होतो. समोरच तांडा होता. किती तरी राहुट्या दोन तीन रांगान मध्ये सारख्या अंतरावर ओळीत उभारलेल्या होत्या .

आसपासचा परिसर अत्यंत स्वत्छ ठेवलेला . गावातल्या लोकांनी त्यांना एका राहुटीत नेले . तेथे दोघे तिघे चांगली शरीर यष्टी असलेले,

डोक्याला लालपिवळे रेघा असलेले पाघोटे, पिळदार मिशा, कानात गोल आणि हातात कडे घातलेले रुबाबदार व्यक्तिमत्व पाहून कुणालाही

त्यांच्या कणखरपणाचा अभिमान व्हावा . ते ज्या धान्याच्या पोत्यावर बसले होते त्यावरच माननीय वसंतरावजी नाईक बसले. मी ही

त्यांच्या शेजारी पोत्यावर बसलो . थोड्या वेळात घुंगराच्या चाळेचा आवाजात दोघी, तिघी थाळीत चार पांच चकचकीत प्याल्यात

दूध घेऊन आले. त्यांच्या डोईवर पदर, कानात आणि नाकात मोठे झुमके नि नथ. दोन्ही हातात वरपर्यंत हस्थी दंताच्या बांगड्या, झंपर

आणि लांब रूंध पायघोळ घागरा. राहुटीच्या बाहेर थोड्या अंतरावर ठीक ठिकाणी दगड लावून मांडलेल्या चुली . एका लांब लचक

गव्हानि जवळ बांधलेल भल्या मोठ्या आकाराचे, उंच शिंगे असलेले बैल . हे सर्व आठवले. वसंतरावांचे नाव खूप चांगले होते .

हजारो एकर जमीन असलेले, खूप शिकलेले अनुभवी असल्याने त्यावेळेस आपल्या त्या वेळेच्या पंत प्रधान जवाहरलाल

नेहरुनी, त्यांना भारताचे कृषी मंत्री होण्याचा आग्रह केला होता पण त्यांनी तो नाकारला. पण त्यानंतर त्यांनी वसंतजीना

हरित क्रांति योजने साठी दिल्लीत बोलावून त्यांना हरित क्रांतीची जवाबदारी दिली आणि ति त्यांनी स्वीकारली. त्यांच्या अभ्यासू

वृत्ती मुळे त्यांनी पंजाबचा दौरा करून भाकरा येथे धरण बांधन्याचा आराखडा बनविला. त्यासाठी जर्मन इंनजीनीएरला बोलाविले.

तो काही फार शिकलेला नव्हता परंतु ह्या कामात निष्णात होता. दोन तीन ठिकाणाहून भाकरा पर्यन्त रेल्वे लाइन टाकल्या . जेणे करून

कामगारांची कमतरता पडू नये. ४०,०००० माणसे दररोज कितीतरी ट्रेन मधून तेथे कामासाठी रोजचे रोज येतजात होती

. दिवस रात्र काम चाले आणि ते मी डोळयांनी पहिले. त्यावेळेस पंजाबचे, गाडगीळ गव्हर्नर होते . त्यांचा बंगला चदीगड येथे

. आणि आम्ही त्यांच्या सेक्रेटरीच्या बंगल्यावर तेही चंदीगड . हे शहर नुकतेच उदयाला येत होते. ठीक ठिकाणी बांधकाम चालू होती.

सुरवातीला त्यांनी शाळा, कॉलेज, मार्केट नि pollution रहित होण्यासाठी पाण्याचे तलाव, बगीचे आणि मैदाने तयार केलीत.

सोबत कचरा आणि पाण्याचा निचरा होण्या साठी ड्रेनेज आणि water treatment plant चीही योजना केली.

तात्पर्य ही सर्व कामे तेथे आपल्या मराठी मांणसानी केले, जरी Architect Europe असला तरी .

मी तेथे राहिलो म्हणून हे सर्व माहीत. हरित क्रांति मुळे अमेरिकेहून येणारा सडका पी एल 80 गहू यणे थांबला आणि पंजाबचा

गहू आपल्या सर्व देशाला पुरत होता. त्यानंतर वसंत्त रावजीनी नाशिकचा विकास करून तेथेही हरित क्रांति घडून आणली

गंगापूर धरण बांधून.

लक्शीमणने मोटर सायकल खळ्या जवलीळ पाराला लाविली . आम्ही त्यांचा वाड्यात गेलो . त्यात् बैल चरत होते .तेथून

त्यांचा लांबच्या लांब मळा पाहिला. जमीन भुरकट, पण अतिशय उपजाऊ होती. लांबवर शंभराहून आधिक मेंढया बसलेल्या होत्या

दुसऱ्या भागात, त्या बसून गेलेल्या होत्या त्यामुळे त्यांच्या लेंडया सर्वत्र दिसत होत्या. तर दुसरीकडे वखरणी नांगरणी होऊन

सरावली चालू होती. मनात आले आपल्यालाही अंशी थोडी उपजावू जमीन असती तर. आपण त्यांचे सोने केले असते. असो.

तितक्यात एका बनजाऱ्याने आम्हाला ताक आणून दिले. त्या उन्हात खूपच हवे हवेसे वाटले. तो लक्क्षमणला म्हणाला, "

मालक, गव्हाच आणि हरभर्याच्या बियनांची व्यवस्था करून ठेवा . विहिरीला पाणीही चांगलेच वर पर्यन्त आहे.

आम्ही माघारी फिरलो. वेशी जवळच्या मंदिरात बरेच साधू पाहिलेत म्हणून एकाला विचाररले, "अहो, दाजी,दहा बारा

साधू काशीहून आलेले आहेत आता त्यांना त्रमबकेश्वरला जायचे आहे . एक दोन दिवस कदाचित रहातील कारण येथे

मंदिराच्या पाठी पानी आहे आणि निवाराही थंड आहे." तेही बरोबर आहे असे लक्शिमन म्हणत असतानाच गावातल्या

लोकांनी त्या साधू लोकांची दुपारच्या जेवणाची व्यवस्था केली. कुणी भाकरी तर कुणी भाजी, वरण

तर कुणी द्रोण नि पत्रावळ्या आणल्या . साधू पैकी एकजण त्या आवारात बसण्यासाठी झाडूने परिसर साफ करीत होता

तर दुसऱ्याने मंदिरातलत्या बादलीने पाणी आणताना पहिला .

मीही जेवण उरकून आवरा आवरी केली. चंद्रकांत मला भेटून त्यांच्या कामाला निघून गेला. समोरचा धोंडीबा आणि शकू

आत्त काही राहिले का ते बघत होते. तितक्यात धाकटा शेतातली कामे सोडून चहा घेऊन आला . घर झाडूने साफ करून . गाद्या

पांघरून घडवंची वर ठेवत असताना त्यांच्याकडे राहिलेला कंदील आणि त्यांची कांच साफ करून खुंटीवर टांगले आणि

कांच असलेली चिमणी कोनाड्यात ठेवली. तयारी होताच शहाजी त्याची बाइक घेऊन आला. मी माझ्या हाताने आतल्या

खोलीतला बाहेरचा दरवाजा बंद केला. नतर दिवाणखान्याचा आणि बाहेर पडताना अतिशय संवेदिनशील मनाने, शांत पणे

पुन्हा एकदा चौफेर नजर फिरवून जड मनाने त्या रिकाम्या घरातून बाहेर आलो . कुलूप लाविले आणि सर्वांकडे

पाणावलेल्या नजरेने पाहून मागे वळून न बघता. निघालो. तितक्यात कुणी तरी मागून हाक दिली . बाईक थांबविली.

लक्षिमंन पळत आमच्या कडे आला नि माझ्या हातात डबा ठेवला.” हयात काही दशम्या आहेत . ट्रेन नेहेमी उशिरा

येते. गाडीत काही मिळत नाही.” असे म्हणून माझ्या हातात डबा दिला.

खरोखरच ट्रेन तासा पेक्षा जास्त उशिराने येणार होती. मी शहाजीला परत जायला सांगितले आणि मी फलाटाच्या एका पारावर बसलो .

सायंकाळच्या त्या थंड हवेत अनेक अनेक भावनांचा खेळ चालू होता. तीन दिवस कसे भुरकन

उडून गेले ते समजले नाही. गावातले जून नवे संस्कार अजूनही शाबूत असल्याचा आनंद . कोण आपले कोण परके

ह्याचा भेद भाव करू न शकने हे तर देवांनी दिलेले त्यांना वर्दानच म्हणावे लागेल. ज्या दिवशी मी ह्या स्टेशनवर उतरलो तेंव्हा

आपणाला आतायेथे कोण ओळखणार . कोठे आणि कसे पोटा पुरते मिळेल ही चिंता. एखादी खानावळ आसपास असावी,

नवीन ही अपेक्षा .

पण प्रत्यक्षात माणुसकी जपणारे, निस्वार्थ पणे नाते गोतीचा विचार नसलेली जणू पाहुणे हे देवांचेच स्वरूप अशी पक्की

भावना असलेले साधे भोळे लोक माझ्यासाठी परमेश्वरच रूप ठरलेत .

कधीही न विसरणारी सत्य कथा

--------------- समाप्त ----------------

www.ingramcontent.com/pod-product-compliance
Lightning Source LLC
LaVergne TN
LVHW070300230825
819400LV00043B/1386
* 9 7 8 9 3 6 2 6 1 0 1 9 5 *